राजहंस प्रकाशन प्रा. लि.

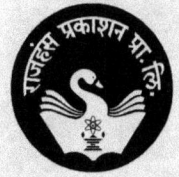

आमची कहाणी ...
आपली
कहाणी

सौ. प्राजक्ता आव्हाड

राजहंस प्रकाशन

आमची कहाणी... आपली कहाणी
सौ. प्राजक्ता आव्हाड

संपादक : डॉ. सदानंद बोरसे

प्रकाशक
दिलीप माजगावकर
राजहंस प्रकाशन प्रा. लि.
१०२५, सदाशिव पेठ
पुणे - ४११ ०३०
फोन - (०२०) २४४७३४५९
E-mail : rajhansprakashan1@gmail.com
Website : www.rajhansprakashan.com

© मुखपृष्ठ, अंतर्गत मांडणी,
निर्मितिसंलग्न बाबी :
राजहंस प्रकाशन प्रा. लि.

Amchee Kahanee...
Apalee Kahanee
Sou. Prajakta Avhad

© संहिता : सौ. प्राजक्ता आव्हाड
२९, आगरकर मळा,
स्टेशन रोड,
अहमदनगर ४१४ ००१
भ्रमणध्वनी : +९१ ७७१७६८९६५०
E-mail : prajakta281972@gmail.com

मुखपृष्ठ :
चंद्रमोहन कुलकर्णी

अक्षरजुळणी :
मुग्धा दांडेकर
श्रीडी ग्राफिक्स, ९८२२७०७९७१

आवृत्ती पहिली : २३ सप्टेंबर २०२१
राजहंस क्र. I-03-2021
ISBN 978-81-952301-9-8

'मी'पासून 'आम्ही'
आणि
'आम्ही'पासून 'आपण'
असा प्रवास करणाऱ्या सर्वांना...

ही कहाणी म्हणजे जणू आरसाच!

प्रशासकीय अधिकारी, त्यांची कारकीर्द, त्यांचे वैविध्यपूर्ण आणि आव्हानात्मक काम, त्यांच्याभोवती असलेले वलय यामुळे त्यांच्याबद्दल प्रत्येकालाच उत्सुकता असते. त्यांच्या व्यावसायिक जीवनातला प्रवास कुठल्या ना कुठल्या माध्यमातून ऐकायला, वाचायला मिळतो. परंतु चंद्राचा एक भाग जसा आपल्याला कधीच दिसत नाही, तशीच या प्रवासाची संपूर्ण ओळख आपल्याला सहसा कधीच होत नाही. यासाठी एक संपूर्णपणे वेगळ्या पैलूतून मांडलेला सनदी अधिकाऱ्याचा हा प्रवास महत्त्वपूर्ण ठरतो.

श्री. नीलकंठ आव्हाड हे पंजाब केडरचे १९९९ बॅचचे भारतीय प्रशासन सेवेचे (आयएएस) एक अधिकारी. तत्पूर्वी त्यांनी तेव्हाच्या जम्मू-काश्मीर राज्यात १९९६-९९ या काळात भारतीय पोलीस सेवेत (आयपीएस) अधिकारी म्हणून काम केले. एक परीक्षार्थी उमेदवार ते एक यशस्वी अधिकारी अशा या सर्व प्रवासाचा त्यांची पत्नी सौ. प्राजक्ता आव्हाड यांनी एक सहधर्मचारिणी म्हणून घेतलेला हा आढावा. आजवर अनेक प्रशासकीय अधिकाऱ्यांनी आपली आत्मचरित्रे लिहिली आहेत. त्यातून आपल्याला त्या अधिकाऱ्यांच्या व्यावसायिक प्रवासाचा रोमांचक आलेख वाचायला मिळतो. पहिल्यांदाच हा सगळा प्रवास एका सहचरीच्या, कुटुंबाच्या दृष्टिकोनातून मांडला गेला आहे. समाजासमोर कधी न येणाऱ्या या बाजूतून प्रशासकीय अधिकारी आणि त्यांच्या कुटुंबाचे एक वेगळेच दर्शन आपल्याला घडते. ही अधिकाऱ्याची पत्नी त्याला केवळ उत्कटतेने सर्व प्रवासात साथ देते, एवढेच नव्हे तर सामान्य नागरिक, प्रसारमाध्यमांची भूमिका, प्रशासकीय सेवांची आजची अवस्था या सर्वांवरही परखड भाष्य करते. स्वीकारलेल्या मूल्यांच्या वाटेवरून चालताना कितीही त्रास झाला; तरी ही वाट सोडायची नाही, याबद्दल आग्रही रहाते. एका अधिकाऱ्याची पत्नी म्हणून एका बाजूला स्वीकारावी लागलेली बंधने, सोडाव्या लागलेल्या गोष्टी, वैयक्तिक आयुष्यात कराव्या लागलेल्या तडजोडी आणि दुसऱ्या बाजूला केवळ याच परिस्थितीमुळे लाभलेल्या कितीतरी गोष्टी, मिळालेले अलौकिक अनुभव यांचाही पट मांडते.

बरेचसे अनुभव वैयक्तिक असले; तरी ते एका अर्थाने प्रातिनिधिक आणि समाजाला, प्रचलित विचारसरणीला आरसा दाखवणारे असे आहेत. त्या दृष्टीने

हे कोणाही एका अधिकाऱ्याचे चरित्र अगर आत्मकथा नव्हे, तर या खंडप्राय देशाच्या जडणघडणीत मोलाचे योगदान देणाऱ्या अखिल भारतीय सेवांमधल्या अधिकाऱ्यांची, त्यांच्या कुटुंबांची आणि आपल्या सर्वांचीच ही कहाणी आहे, असे ती म्हणते. सनदी अधिकाऱ्यांचे प्रत्येक काम प्रत्यक्ष अप्रत्यक्षपणे जनतेच्या रोजच्या जगण्याशी संबंधित असते. त्यांनी स्वीकारलेली किंवा त्यागलेली मूल्ये त्यांच्या कामावर परिणाम करतात आणि त्यामुळेच पर्यायाने समाजाच्या जगण्याची गुणवत्ताही त्यावर अवलंबून असते. त्यामुळेच ही कहाणी केवळ सनदी अधिकाऱ्यांची, त्यांच्या कुटुंबांची नाही; तर प्रत्येक समाजघटकाची आहे, आपल्या सर्वांची आहे.

मनोगत

मी एक स्त्री, पत्नी, गृहिणी, आई, चतुरस्त्र व्यक्तिमत्त्व असलेली, सामाजिक क्षेत्रात काम करणारी इत्यादी. मग असं काय विशेष घडलं माझ्या आयुष्यात की, मला हे सगळं लिहावंसं वाटलं?

कारणं अनेक...

पहिलं म्हणजे आधुनिक काळात माझ्या पिढीने म्हणजे साधारणत: आज ४५-५० वर्षं वयात असलेल्या पिढीने अनेक क्षेत्रांत झपाट्याने होणारे बदल बघितले. वैयक्तिक आणि सामाजिक जीवनात मोठी स्थित्यंतरं झाली. राजकीय, सामाजिक, आर्थिक बदल घडवणाऱ्या घटनांसोबतच तंत्रज्ञान आणि समाजमाध्यमांनी म्हणजे सोशल मिडियाने अगदी सर्वसामान्यांच्या आयुष्यात आपली पाळंमुळं पसरली. यामुळे झालेला एक महत्त्वाचा बदल म्हणजे व्यक्त होण्यासाठी कोणालाही कोणावरही अवलंबून रहायची गरज उरली नाही, प्रत्येकाला खास स्वत:चं असं व्यासपीठ मिळालं. सामान्यातला सामान्य माणूससुद्धा आपली मतं मांडू लागला. प्रस्थापितांची मक्तेदारी अगदी मोडीत निघाली नसली, तरी त्यांचं महत्त्व कमी झालंच. त्यामुळे झालेला आणखी एक बदल म्हणजे समाज म्हणून आपण कुठल्याही गोष्टीला चटकन प्रतिसाद देऊ लागलो. प्रतिक्रिया देऊ लागलो - असं म्हणणं अधिक योग्य. हळूहळू प्रतिसाद आणि प्रतिक्रिया यातली सीमारेषा धूसर होत गेली. कुठल्याही गोष्टीवर तात्कालिक तरंग उठणं आणि मग सर्व काही आलबेल असल्यासारखं पुन्हा सगळं मागच्या पानावरून पुढे चालू! कोणत्याही गोष्टींवर चटकन भावनिक प्रतिक्रिया देणं हे आपलं इतिकर्तव्य आहे, असं नकळत सांगून या समाजमाध्यमांनी आपल्या मनांवर गारूड केलं. या समाजमाध्यमांनीच प्रतिकात्मक स्वरूपाचा ॲक्टिविझम् चांगलाच रुजवला-वाढवला.

अर्थात सर्वांना सहज व्यक्त होण्यासाठी निर्माण झालेल्या आणि त्यामुळेच हव्याहव्याशा वाटणाऱ्या या 'मुक्त व्यासपीठाने' बऱ्याच समाजविघातक गोष्टींनाही जन्म दिला. वैयक्तिक चिखलफेकीबरोबरच विषयाचा किंवा प्रश्नाचा नीट अभ्यास न करता सरकार, प्रशासन आणि आपणच स्वीकारलेल्या लोकशाही मूल्यांवर शिंतोडे उडवण्याचेही उद्योग झाले. एक सुजाण नागरिक म्हणून आणि एका सनदी अधिकाऱ्याची पत्नी म्हणून माझ्या मनात या सर्वच

गोष्टींबद्दल अस्वस्थता साठत होती.

दुसरं कारण किंवा पहिल्याच कारणाचं विस्तारित रूप म्हणजे याच काळात गुन्हेगारी वृत्तीचे पण समाजात उथळ माथ्याने वावरणारे, आपली गैरकृत्यं झाकणारे मुखवटे चढवून सर्वांचे तारणहार म्हणून मिरवणारे लोक 'बरे'; असं वाटावं इतक्या चमत्कारिक पद्धतीने इथे काही खुजे लोक 'हिरो' म्हणून लोकप्रिय होताना दिसले, अजूनही दिसतात. तेव्हा बसणारे धक्के आश्चर्याइतकेच खिन्नही करून टाकत. कधी कधी असं वाटायचं की, आपल्या आदर्शांच्या कल्पनाही इतक्या सपक पांचट झाल्यात की, कोणाही दादा-भाऊ-तात्याच्या तथाकथित कर्तृत्वगाथा सांगणारे रस्त्यांवर उभारलेले मोठमोठाले फलक, कोणाही लोकप्रिय अधिकाऱ्याच्या नावाने फिरणारे समाजमाध्यमांमधले मेसेजेस, फेसबुक पोस्ट्स वाचून माणसं धन्य धन्य होऊन जावीत? बरं, अशा सोशल मीडिया प्रेरित कर्तृत्वगाथांची कोणतीही शहानिशा होत नाही, उलट सोशल मिडियाच्या आशीर्वादाने गोबेल्सचं आक्रमक आणि प्रभावी प्रचारतंत्र इथेही काम करताना दिसतं. कुत्र्याच्या छत्र्यांप्रमाणे ठिकठिकाणी आपली प्रभावळ मांडून बसणारे हे हिरो आपल्याला गुंगीचं औषधच पाजत असतात-वेगवेगळ्या रंगाचं आणि चवीचं. आपला समाजही त्यात रंगून जाऊन अशा कर्तृत्वगाथा चघळत बसतो आणि मग असे दोनचार हिरो समाजाला तारून न्यायला पुरेसे वाटू लागतात. समाजाचं हे रवंथ करणं हे ह्या हिरोंना अधिक फायद्याचं ठरतं. नवनव्या गाथा निर्माण केल्या जातात. दोन्ही बाजू 'अहो रूपम् अहो ध्वनिम्' मध्ये रमून जातात. आपण एक समाज म्हणून कायम अशा हिरोच्या किंवा मसीहाच्या शोधात का असतो? एक समाज म्हणून आपण आपल्याला घडवणं ही आपण एक वैयक्तिक जबाबदारी का समजत नाही? का एखादा हिरो किंवा चारदोन नामवंत-कार्यक्षम प्रशासकीय अधिकारी असल्याशिवाय आपल्याला हे जमू शकत नाही? की आपल्याला ते करायचंच नसतं म्हणून आपण असे हिरो शोधत भटकतो? हे मला नेहमी पडणारे प्रश्न!

तिसरं कारण सगळ्यात महत्त्वाचं आणि गंमतीचं, ते म्हणजे माझा नवरा! एक सनदी अधिकारी. प्रथम काही काळ भारतीय पोलीस सेवा (आयपीएस) आणि त्यानंतर भारतीय प्रशासन सेवेत(आयएएस) निष्ठेने काम करणारा एक माणूस!त्याच्या विद्यार्थिदशेपासून मी त्याला ओळखत असल्याने त्याच्यातील, प्रशासनातील, समाजातील स्थित्यंतरं मला त्याच्यात घडणाऱ्या बदलांमधून, विविध पैलूंमधून बघायला मिळाली. जणू एक हिरो घरातच निर्माण झाला आणि विकसित होत गेला. माझ्या मनातली अशा हिरोंविषयीची अढी सोबत

होतीच. अधिकाऱ्याची इच्छा असो की नसो, त्याच्या/तिच्या नागरी सेवेचं ग्लॅमर पाठ सोडत नाही - हेही दिसत आणि जाणवत होतंच. आता त्याच्या कामाबद्दल समाजाची प्रतिक्रिया काय असेल? कशी असेल? हेही प्रश्न मनात होतेच. वर्षं सरत गेली आणि हा घरातला हिरो घडत गेला. फरक एवढाच झाला की, त्याने हिरो बनायला ठाम नकार दिला. मुखवटे दूर सारले आणि स्वत:च्या कर्तृत्वगाथा लिहवून घेण्यात किंवा लिहीत बसण्यात मुळीच वेळ घालवला नाही.

आता माझ्या दृष्टीने हा खेळ अधिक रंगतदार झाला. उच्चपदस्थ सरकारी अधिकाऱ्याचं काम, आव्हानं, ताणतणाव, प्रसिद्धी असं सगळं काही स्वत:च्या आणि आसपासच्या अधिकारी असलेल्या सहकाऱ्यांच्या घरांमध्ये बघण्यात मोठी मौज येऊ लागली. पडद्यामागचे सच्चे चेहरे, बेगडी मुकुट चढवलेले राजे, समाजाला ज्ञान पाजणारी मातीच्या पायांची माणसं-खूप काही पाहिलं. खूप जवळून पाहिलं. हसू आलं, रडू आलं, आश्चर्य, वेदना, ताण, भारावलेले क्षण सगळाच प्रवास मोठा बहारदार झाला. स्वत:चं मूल वाढताना पाहणं जेवढं आनंददायक असतं, तेवढाच आनंद सहचराला 'अधिकारी' म्हणून विकसित होताना बघून मला मिळाला. त्यात वैचारिक आणि भावनिक अशी वैयक्तिक गुंतवणूक तर होतीच; पण काही विशिष्ट दृष्टीने जोपासलेली मूल्यंही होती, लोकांच्या भल्यासाठी अटीतटीने लढलेल्या छोट्यामोठ्या लढाया होत्या. सोसलेले आघात होते. व्यवस्थेत राहून व्यवस्थेशीच लढा देत असताना 'हिरो' बनण्याच्या तर अगणित संधी होत्या.

काठावरून निरीक्षण करते आहे, असं वाटून मी जेव्हा 'संजय उवाच' म्हणून हे अनुभव लिहायचं ठरवलं; तेव्हा लिहायला जमेनाच. मग लक्षात आलं की, मी काठावर नव्हतेच कधी. प्रवाहाविरुद्ध चाललेली ही नाव बुडू नये, म्हणून सुकाणू धरून बसले होते. खेळ पाहता पाहता मीही त्यात सामील झाले होते. आणि मग तृतीय पुरुषी एकवचनी म्हणून सुरू झालेलं लिखाण प्रथमपुरुषी एकवचनी होऊन गेलं.

पण एक मात्र नक्की अनुभव वैयक्तिक असले, तरी मला कुणा एकाची कर्तृत्वगाथा लिहायची नाही. हे लिखाण आमची, तुमची, माझी, आपल्या सर्वांची कहाणी आहे. ती तशी असावी, असं मला मनापासून वाटतं. आपण, आपल्या भूमिका, आपले व्यवसाय, आपल्या विचारसरणी वेगळ्या असू शकतील; पण मला असं वाटतं की, एक समाज म्हणून आपण जेव्हा विचार करतो, तेव्हा आपण करीत असलेल्या प्रत्येक चांगल्या आणि वाईट,

सकारात्मक आणि नकारात्मक कामाचा परिणाम संपूर्ण समाजावर होत असतो. त्यामुळे आपली कहाणी ही जेवढी आपली असते, तेवढी समाजाचीही असते.. मग ती छोटीशी असेल आपल्या दृष्टीने, बिनमहत्त्वाची आणि किरकोळ असेल.. फार मोठी आणि महत्त्वाचीही असू शकेल. पण ती समाजाच्या रचनेवर आणि धारणेवर कुठे ना कुठे परिणाम करत असते, हे मात्र नक्की!

सौ. प्राजक्ता आव्हाड

पुस्तकाविषयी थोडंसं

ह्या विषयावर आपण लिहावं, असं अगदी अचानक डोक्यात आलं आणि या विचाराची वाफ होऊन जाण्यापूर्वी (पूर्वी अनेकदा असं झालंय - हे लक्षात घेऊन) मी लगेच लिहायला सुरुवात केली. सुमारे पाच-सहा महिने कधी तुटक, कधी सलग, संबद्ध-असंबद्ध असं एकदाचं लिहून झालं. वाचून काढलं-पुन्हा एकदा सगळं वाचून काढलं. मोठी गंमत वाटली. आपल्याच आयुष्यातला एक मोठा आणि महत्त्वाचा कालखंड केवढं मोठं संचित देऊन गेला आहे, हे जाणवलं. स्वतःचेच अनुभव एखाद्या शोभादर्शकामधल्या रचनेसारखे दिसू लागले. त्याचवेळी आपलं वैयक्तिक आयुष्य आणि सार्वजनिक आयुष्य एकमेकांमध्ये कसं गुंतलेलं असतं, हे प्रकर्षाने जाणवलं. जे काही लिहिलं गेलं, त्याला अनेकविध पैलू आहेत, हेही लक्षात येत गेलं. सर्वात महत्त्वाचा पैलू म्हणजे हा माझा स्वतःशी केलेला -झालेला संवाद आहे. स्वतःशी बोलताना आपण सर्वाधिक मोकळे असतो, असं मला वाटतं. इतक्या वर्षांनी स्वतःला, स्वतःच्या वैवाहिक आयुष्याला आणि भोवतालच्या समाजाला जरासं लांबून बघताना एक वेगळीच मजा आली.

एक मात्र नक्की होतं-मला कुणाचंही चरित्र अगर आत्मचरित्र लिहायचं नव्हतं. कुणाचा उदोउदोही करायचा नव्हता किंवा आपले भलेबुरे अनुभव सगळ्यांसमोर मांडून भावनिक आधार किंवा सहानुभूतीही मिळवायची नव्हती. हा एक जोडीने केलेला प्रवास आहे. संघर्ष आहे. विशिष्ट मूल्यं उराशी कवटाळून चालणाऱ्या एका सनदी अधिकाऱ्याची आणि त्याच्या कुटुंबाची वाटचाल आहे. ही वाटचाल बाहेरून जेवढी चमकदार आणि ग्लॅमरस दिसते; तेवढीच ती ठेचकाळवून पायांना आणि मनांना जखमी करणारीही असते. विद्यार्थिदशेतल्या आमच्यासाठी कलेक्टर, जिल्हा पोलीसप्रमुख कुठल्यातरी कार्यक्रमात दिसणं, त्यांचं भाषण ऐकायला मिळणं म्हणजे अगदी आनंदाचा प्रसंग असे. त्या लाल बत्तीच्या गाड्या, ते खटाखट झडणारे सलाम, ते लोकांचं मागेपुढे धावणं, हारतुरे.... वा! आपणही तसं व्हावं, अशी स्वप्नं! हे सगळं खऱ्या अर्थाने अनुभवायला मिळालं ते एका अधिकाऱ्याची सहधर्मचारिणी म्हणून.. बायकोला सहधर्मचारिणी का म्हणतात, ते 'चांगलंच' कळलं!

या पुस्तकातून मी जे काही मांडलं आहे, ते संचित नवरा नावाच्या

'साहेबा' मुळेच एकत्र झालंय. मी ज्या ग्लॅमरस वाटचालीचा मघाशी उल्लेख केला; त्या वाटचालीची दुसरी कठीण बाजू बघायची, अनुभवायची, वाटून घेण्याची संधी या साहेबामुळेच मला मिळाली. 'एखादी गोष्ट रास्त आहे, म्हणून मला ती पटते आणि ती पटते, म्हणून ती अंमलात आणण्यासाठी मी सर्वस्व पणाला लावीन!' असं म्हणणं वेगळं, तसं प्रत्यक्षात करणं वेगळं आणि ते बरोबरीनं अनुभवणं वेगळं. या अर्थाने, या पैलूंतून मला जे अनुभवविश्व मोकळं करायचं आहे, ते आमचं एकेकट्याचं आहे, तसं दोघांचंही आहे. त्यात कोणाचंही उदात्तीकरण नाही, कोणालाही मखरात बसवणं मला मान्य नाही आणि नवरा तर एक नंबरचा मूर्तिभंजक! लोकशाही व्यवस्थेत कुठलंही काम व्यक्तिकेंद्रित असू नये, त्यात सर्वांचा समावेश आणि सहभाग असावा - हे तर त्याचं ठाम मत! (ज्याच्या परिणामस्वरूप त्याच्या अनेक बदल्या झाल्या.)

हे सगळं तुमच्यासमोर मांडताना मला तुम्हाला खूप काही गोष्टी सांगायच्या आहेत. अधिकाऱ्याची सत्ता आणि थाटमाट याबद्दल सांगायचं आहे. टेबलाच्या अलीकडे बसून 'अमुक एक गोष्ट अशीच व्हायलाच पाहिजे' असं आक्रमकपणे म्हणणाऱ्यांना टेबलाच्या पलीकडेही किती अडचणी असतात, ते सांगायचं आहे. अधिकारी आणि त्याच्या कुटुंबाला किती प्रकारचे ताणतणाव, संघर्ष आणि सुखद अनुभव यांचं चमत्कारिक मिश्रण चाखायला मिळतं, त्याची चव द्यायची आहे. नव्यानं अधिकारी झालेल्या, तसेच स्पर्धापरीक्षा देणाऱ्या उमेदवारांना पुढे काय काय 'वाढून' ठेवलेलं असेल, याची जाणीव करून द्यायची आहे. एक समाज म्हणून आपण अधिकाऱ्यांकडे, त्यांच्या कामांकडे किती वेगवेगळ्या पैलूंतून पहातो, हे दाखवायचं आहे. याच समाजाचा एक घटक असलेले अधिकारी आणि समाज व अधिकाऱ्यांतली परस्परपूरक आणि परस्परविरोधी नाती यांच्या छटा दाखवायच्या आहेत. माझा आनंद, अभिमान, वेदना, तळमळ तुमच्याबरोबर वाटायची आहे. कोण जाणे कदाचित मी अनुभवलेला थरार मी तुमच्यापर्यंत पोहोचवू शकेन, माझ्या डोळ्यातले अश्रू कदाचित तुमच्या डोळ्यातही उभे राहतील...

आणखी एक - हे सगळं जरी मी लिहिलेलं असलं, माझ्याकडून व्यक्त होत असलं; तरी कर्तबगार अधिकाऱ्यांच्या बायका असलेल्या माझ्या कितीतरी मैत्रिणींचे हे उद्गार आहेत, हुंकार आहेत. 'प्रत्येक यशस्वी पुरुषामागे एक स्त्री असते' या एका वाक्यात सर्व गुंडाळून टाकण्याजोगी ही वाटचाल नसते. त्या नवऱ्यामागे ठामपणे उभ्या राहतात, त्याला कामासाठी मोकळं सोडून स्वत:च्या खांद्यावर त्या स्वत:चं काम, मुलं, कुटुंब, बदल्या, बऱ्याचदा सोडलेली किंवा

सोडावी लागलेली स्वत:ची करिअर, स्वत:चं आरोग्य अशा जबाबदाऱ्या पेलत असतात. इतर कोणत्याही कुटुंबातल्या स्त्रीनं ते करणं आणि कर्तबगार अधिकाऱ्याच्या पत्नीनं ते करणं यात फार फरक असतो. कारण नोकरीच्या स्वरूपामुळे झालेलं त्यांच्या आयुष्याचं 'सार्वजनिकीकरण' तिला प्रत्येक काम अधिक काटेकोरपणे करायला आणि अधिकाऱ्याची प्रतिमा जपण्याची जबाबदारी सतत खांद्यावर लटकावून चालायला भाग पाडतं. त्याला इलाज नसतो.

सांसारिक जीवनात पतिपत्नी एकमेकांच्या जगण्यावर आपला प्रभाव कळत नकळत पाडत असतातच; पण या प्रशासकीय सेवा वैयक्तिक आयुष्यातही एक माणूस म्हणून , एक सहचर म्हणून, एक जबाबदार नागरिक म्हणून आणि ज्यांचं रोजचं जगणंदेखील समाजापासून वेगळं, अलिप्त असं राहू शकत नाही असं जोडपं म्हणून आपलं जगणं आमूलाग्र बदलून टाकतात. म्हणूनच असं म्हणावंसं वाटतं की, हे सगळं जरी वैयक्तिक अनुभवांतून केलेलं लिखाण असलं तरी मैत्रिणींनो, हे अनुभव जर एखाद्या शोभादर्शकात घातले आणि ते डोळ्याला लावून फिरवत राहिलं; तर प्रतिमा बदलून तुम्हाला तुमच्याही आयुष्याची सुंदर, चमत्कृतीपूर्ण डिझाईन्स त्यात सापडतील. थोडेफार संदर्भ वेगळे असले, तरी असे भावनांचे कल्लोळ तुम्हीही झेलले आहेत. अशा वादळी आयुष्याचा सामना तुम्हीही केला आहे. मला असं मनापासून वाटतं की, या सगळया अनुभवविश्वात माझ्यासोबत तुम्ही सर्वांनीच फेर धरलेला आहे. आपल्यातील भगिनीभाव जागवत आपणच एकमेकींना 'नाच ग घुमा' म्हणत हसतो आहोत, गहिवरतो आहोत, रडतो आहोत, हात धरून साथ देतो आहोत. म्हणून हे लिखाण तुमचं आहे, तुमच्यासाठीसुद्धा आहे.

हे पुस्तक अधिकारी, त्यांची कुटुंबं, उमेदवार आणि या सर्वांकडे विविध अपेक्षांनी बघणारे सुजाण नागरिक या सर्वांचं आहे. माझ्यासाठी हे फक्त एक शेअरिंग आहे. खूप जवळचे मित्र जेव्हा बऱ्याच काळाने भेटतात; तेव्हा एकमेकांचे हात हातात घेऊन नुसते बघत रहातात, शब्दांची तिथे फार गरजच नसते. तसं काहीसं हे तुमच्या माझ्यातलं नातं आहे. शब्दांचे हात मी तुमच्या पुढे करतीय. त्यातील स्पंदनं तुम्हाला जाणवतील आणि भावतील, ही अपेक्षा!!

ऋणनिर्देश

- ज्याच्यामुळे ही आमची कहाणी रचली गेली, तो नीलकंठ.
- माझे हक्काचे पहिले वाचक आणि आमच्या संपूर्ण प्रवासाचे साक्षीदार असलेले माझे आईवडील.
- पुस्तक चांगलं व्हावं, म्हणून प्रोत्साहन देणारा आणि प्रयत्न करणारा आमचा पत्रकार मित्र अभय जोशी.
- लिखाणाचा खर्डा वाचून त्यावर परखड सूचना करणारी आणि हौसेने त्याची प्रत तयार करून देणारी स्वाती रानडे.
- दिलीप माजगावकर, डॉ. सदानंद बोरसे, चंद्रमोहन कुलकर्णी, शिरीष शेवाळकर, तृप्ती देशपांडे, मुग्धा आणि मनोहर दांडेकर, सारिका भामे आणि सर्व 'राजहंसी' टीम.

पार्श्वभूमी

- श्री. नीलकंठ आव्हाड हे मूळचे अहमदनगर जिल्ह्यातले.
- राहुरीच्या महात्मा फुले कृषिविद्यापीठातून १९९३ मध्ये कृषी अभियांत्रिकी या विषयात पदवीधर (बी.टेक ॲग्री इंजिनिअर)
- १९९५ साली त्यांची संघ लोकसेवा आयोगातर्फे (यूपीएससी) घेतल्या जाणाऱ्या स्पर्धापरीक्षेतून भारतीय पोलीस सेवेत निवड झाली.
- १९९८ मध्ये दुसऱ्यांदा संघ लोकसेवा आयोगाची स्पर्धा परीक्षा उत्तीर्ण व भारतीय प्रशासन सेवेत निवड.
- १९९६-१९९९ आयपीएस अधिकारी म्हणून तेव्हाच्या जम्मू काश्मीर केडरमध्ये काम केले.
- १९९९ मध्ये भारतीय प्रशासन सेवेत पंजाब केडरचे अधिकारी म्हणून सेवेत रूजू.
- १९९९-२०११ या काळात पंजाबमध्ये विविध ठिकाणी प्रांताधिकारी, अतिरिक्त जिल्हाधिकारी, जिल्हाधिकारी, अतिरिक्त आयुक्त अबकारी आणि कराधान विभाग अशा विविध पदांवर भरीव स्वरूपाचे काम.
- २०११-२०१३ केंद्रीय प्रतिनियुक्तीवर भारतीय अन्न महामंडळ (एफसीआय) मध्ये पंजाबचे महाप्रबंधक म्हणून काम केले.
- २०१३-२०१६ केंद्रीय प्रतिनियुक्तीवर दिल्लीत केंद्र सरकारच्या कृषि मंत्रालय, पेट्रोलियम आणि नैसर्गिक वायू मंत्रालय येथे काम.
- २०१६-२०१९ विदेशात प्रतिनियुक्तीवर अमेरिकेत वॉशिंग्टनस्थित भारतीय दूतावासात काऊंसिलर इकॉनॉमिक म्हणून काम केले.
- २०२० पंजाब केडरमध्ये पुन्हा रुजू झाले.

अनुक्रम

अधिकारी कसा घडतो?

"त्याची चालसुद्धा बदलली बरं का गं! आता तो अगदी अधिकारी वाटायला लागलाय." आम्हा दोघांना अगदी लहानपणापासून ओळखणारे एक शिक्षक आम्हाला रेल्वे स्टेशनवर सोडायला आलेले असताना म्हणाले. माझ्यातली बायको क्षणभर सुखावून गेली. ते म्हणत होते त्यात बाकी तथ्य होतंच. नवऱ्याच्या 'चालीबद्दल' विचार करायला सुरुवात केल्यावर लक्षात आलं की, अरे, हा बदल तर अगदी माझ्या डोळ्यादेखतच घडलाय की! संघ लोकसेवा आयोगाच्या परीक्षेसाठी तयारी करणारा एक विद्यार्थी, निवड झालेला एक उमेदवार आणि जबाबदार, आत्मविश्वासाने पावलं टाकणारा एक अधिकारी - अशी ही वाटचाल माझ्या डोळ्यांसमोरून झर्रकन सरकून गेली. मग वाटलं की, अरे, आधी आपल्या कसं लक्षात आलं नाही हे? की आपण त्या नजरेनं त्याच्याकडे कधी पाहिलंच नाही?

तसं बघितलं तर कमीअधिक प्रमाणात प्रत्येकच अधिकाऱ्याची वाटचाल अशीच असते. मग हा बदल होतो कसा? अधिकारी घडतो कसा? ही अवस्था अचानक कोषातून बाहेर पडणाऱ्या फुलपाखरासारखी वाटते; पण त्यामागे अनेक लहानमोठे, उघड दिसणारे आणि छुपे असणारे घटक काम करत असतात. एखादा अधिकारी घडतो तो एका दिवसात किंवा केवळ एखादी स्पर्धापरीक्षा उत्तीर्ण होऊन घडत नसतो. त्याचं प्रशिक्षण, त्याला मिळणारे अनुभव, त्याची मेहनत, त्याची कामावरची श्रद्धा हे सगळंही तेवढंच महत्त्वाचं असतं आणि सर्वात महत्त्वाचं असतं ते 'अफाट सत्तेबरोबरच तेवढीच वाढती जबाबदारीही येते.' हे ओळखणं, जाणणं, स्वतःच्या कणाकणात मुरवणं. जबाबदारीची अत्यधिक जाणीव बाकी सर्व गोष्टी त्याला शिकवते.

केंद्र लोकसेवा आयोगाची स्पर्धापरीक्षा पास झाल्यानंतर गुणवत्ता आणि प्राधान्यक्रम यानुसार ज्या सेवेत निवड झालेली असेल त्यानुसार - म्हणजे

आयएएस (भारतीय प्रशासनिक सेवा)चं प्रशिक्षण मसूरीमध्ये, आयपीएस (भारतीय पोलीस सेवा)चं हैद्राबादमध्ये, आयएफएस(भारतीय विदेश सेवा)चं दिल्लीमध्ये आणि इतर सेवांचं वेगवेगळ्या ठिकाणच्या प्रशिक्षण अकादमींमध्ये होते. या सर्वच प्रशिक्षणांमध्ये आणि विशेषत: आयएएस प्रशिक्षणात उमेदवारांच्या शारीरिक, मानसिक, बौद्धिक प्रशिक्षणाबरोबरच त्यांचा संपूर्ण व्यक्तिमत्त्व विकास होईल यावर भर दिला जातो.

प्रशिक्षकांमध्ये जुने अनुभवी सनदी अधिकारी, कायदेतज्ज्ञ, देशी विदेशी स्कॉलर्स, राजकीय नेते, लष्करी अधिकारी, तंत्रज्ञ, साहित्यिक, भाषातज्ज्ञ अशा सर्वांचा समावेश असतो. इतकंच काय पण उमेदवाराचं उठणं बसणं, खाण्यापिण्याच्या पद्धती, कपड्यांची-पादत्राणांची काळजी या सर्व गोष्टींवर मेहनत घेतली जाते. इतिहास, समाजशास्त्रे, अर्थशास्त्र, कायदा, लोक प्रशासन आदी वेगवेगळ्या विषयांच्या परीक्षा उत्तीर्ण कराव्या लागतात. याच काळात 'भारत दर्शन' या शीर्षकाखाली देशातल्या विविध प्रांतांची सहल घडवली जाते. देशपरदेशातल्या ख्यातीप्राप्त अशा कलाकारांच्या कलेचा आस्वाद घ्यायला मिळतो. सैन्यदलं, स्वयंसेवी संस्था इत्यादींसोबतही काही काळ प्रशिक्षण होतं. हे प्रशिक्षण साधारणत: वर्षभराचं असतं.

या सर्व कठोर प्रशिक्षणाच्या तावून सुलाखून काढणाऱ्या पण आनंददायी काळानंतर प्रत्यक्ष नेमणुकीची वेळ येते. इथून पहिल्या पोस्टिंगवरची रुजवात आणि तिथे केलेली उमेदवारी हा खऱ्या अर्थाने परीक्षेचा काळ असतो. थिअरी संपून प्रॅक्टिकल्सची सुरुवात होते. हे प्रशिक्षण सुरू होतं, तेव्हाच उमेदवाराला त्याला मिळालेलं केडर राज्य कळतं. त्यामुळे प्रत्यक्ष तुमच्या केडरमध्ये पोहोचल्यानंतर अधिकाऱ्याचं होणारं प्रशिक्षण हासुद्धा एक महत्त्वाचा टप्पा असतो.

ही प्रतिदिन, प्रतिक्षण चालणारी प्रक्रिया असते. किंबहुना अधिकाऱ्याने अशाच दृष्टिकोनाने त्याकडे बघितलं, तर त्याच्या पुढच्या करिअरची भक्कम पायाभरणी त्याकाळात होऊ शकते. प्रशिक्षण अकादमीमधल्या सुरक्षित वातावरणातून तो एकदम उघड्या मैदानात येतो. अननुभवाची भीती, कामाची व्याप्ती झोप उडवत असते. मोहाचे क्षणही तेव्हाच लक्ष वेधून घेत असतात. सत्तेची आणि अधिकारांची दिसलेली चुणूक, झडू लागलेले सलाम कुठेतरी सुखावत असतात. हा काळ खऱ्या अर्थाने स्वयंशिस्त, संयमी वर्तणूक आणि मेहनत यांचा असतो. लोक तुम्हाला 'साहेब' समजायला लागलेले असतात, त्याच दृष्टीने तुमच्याकडे पहात असतात. लोकांचं पुढेपुढे करणं, तुमच्या

सोयीसुविधांसाठी वाटेल ते करायची तयारी त्यांनी दाखवणं अशा गोष्टी तुमच्या रोजच्या जगण्याचा भाग होऊ लागतो. परंतु तुमच्यामधलं हे 'साहेबपण' अजून नवखं असतं. माणसांची पारख करणं अवघड जातं. आपल्या यशाची हवा आपल्याच डोक्यातून काढून टाकून पाय जमिनीवर ठेवणं जमावं लागतं. नाहीतर मग लोकांच्या मनात तुमची प्रतिमा वेगळ्याच स्वरूपात तयार होते.

माझ्या 'साहेबा'ची पहिली नेमणूक २००० मध्ये प्रशिक्षणार्थी सहाय्यक जिल्हाधिकारी म्हणून पंजाबमध्ये झाली. आमच्या या अगदी पहिल्या पोस्टिंगच्या काळातला हा अनुभव इथे सांगावासा वाटतो. आमच्याच केडरचा एक आयएएस अधिकारी आमच्या आधी त्याच जिल्ह्यात प्रशिक्षणार्थी म्हणून होता. या प्रशिक्षण काळात हे साहेब नियमितपणे हातात एक गुलाबाचं फूल घेऊन ते हुंगत हुंगत एखाद्या राजकुमारासारखे संपूर्ण शहरात फिरत असत. आपण जणू काही त्या संस्थानचे राजे आहोत, अशा तऱ्हेची त्याची एकूण वर्तणूक असे. सामान्य नागरिक हे आपले प्रजाजन आणि कर्मचारी वर्ग हे आपले हुजरे असावेत, अशा तऱ्हेने त्याचा एकूण वावर असे. इतरही काही नको त्या गोष्टी त्याने त्या काळात केल्या. त्या जिल्ह्यात आलेल्या पुढच्या प्रत्येक प्रशिक्षणार्थी आणि इतर अधिकाऱ्यांनी ह्या अधिकाऱ्याच्या केवळ अशाच गोष्टी ऐकल्या. अधिकारी म्हणून तो कसा आहे किंवा त्याच्या कामाबद्दल कुठलाही चकार शब्द कधीही ऐकण्यात आला नाही. अशा गोष्टी केवळ एक किस्सा किंवा चेष्टा म्हणून विसरून जाण्याजोग्या असल्या, तरी अधिकाऱ्याच्या दीर्घकाळाच्या करिअरमध्ये त्या निश्चितपणे नुकसानदायक ठरतात. त्यामुळे आपण करत असलेल्या कुठल्याही गोष्टीचे दूरगामी परिणाम कसे होऊ शकतात आणि त्याचा आपल्या अधिकारीपणाच्या वाटचालीत कायमस्वरूपी ठसा कसा उमटतो, अशा पद्धतीची विचारसरणी प्रयत्नपूर्वक विकसित करावी लागते. त्यापूर्वीच्या स्वच्छंदी, स्वैर, मोकळ्या जगण्यावर हळूहळू अधिकारीपणाची बंधनं पडायला लागतात.

अधिकाऱ्याची जडणघडण अनेक छोट्यामोठ्या, महत्त्वाच्या तसेच वरवर पहाता क्षुल्लक वाटणाऱ्या अशा असंख्य गोष्टींवर अवलंबून असते. अधिकाऱ्याची इच्छाशक्ती, त्याच्या वरिष्ठांकडून प्रत्यक्ष-अप्रत्यक्षपणे मिळणारे धडे, कायदे आणि नियमांची पुस्तकं, प्रत्यक्ष कामाचा अनुभव, ज्यांच्यासाठी काम करायचं ती जनता आणि राजकीय नेते हे सर्व खऱ्या अर्थाने चांगला अधिकारी घडवण्यात महत्त्वाचे घटक असतात. जनतेच्या गरजा, राजकीय प्रभाव व दबाव आणि अधिकाऱ्याने आपलं कौशल्य व विवेकबुद्धी वापरून

घातलेला गरजा आणि दबावांचा मेळ - अशी ही वाटचाल पुढे होणार असते. क्रमाक्रमाने अशा सगळ्या घटकांचा विचार केला की ही बांधणी आणि वाटचाल कशा पद्धतीने होत जाते आणि प्रत्येक घटकाची भूमिका किती महत्त्वाची असते ते लक्षात येईल.

सर्वप्रथम नवा अधिकारी घडवण्यात किंवा बिघडवण्यात त्याच्या वरिष्ठांचा मोठा वाटा असतो. नव्या अधिकाऱ्याला त्याचं जे मूलभूत काम आहे, ते नीट शिकवणं हे त्याच्या पहिल्या बॉसचं काम. तडफदार, स्मार्ट अधिकारी किंवा सुपरकॉप वगैरे धडाडीच्या नायकाच्या ज्या फिल्मी प्रतिमा आपल्याला भावतात, तो फक्त वरवरचा सामान्य माणसाला खूश करून टाकणारा भाग असतो. अधिकाऱ्याला त्याचा विषय निश्चित माहीत नसेल, आवश्यक कायदे आणि नियमांचं ज्ञान नसेल, कायदा आणि सुव्यवस्था राखणं हे मूलभूत काम त्याला जमत नसेल, एक प्रांताधिकारी अगर जिल्हाधिकारी म्हणून स्वत:च्या कर्तव्यांची त्याला जाणीव नसेल; तर ही वरवरची चमकदार प्रतिमा फिकी पडायला वेळ लागत नाही. आपल्या विषयाचं ज्ञान आणि ते व्यवहारात उतरवण्याची क्षमता, धमक आणि चिकाटी यावर अधिकाऱ्याचं यश अवलंबून असतं. मला अजूनही 'साहेबा' च्या प्रशिक्षणकाळात जमीनमहसूल, जमिनीचे मालकीहक्क, सरकारी नोंदीचे उतारे इत्यादी गोष्टी त्याला शिकवायला येणारे पटवारी आणि कानूनगो हे महसूल अधिकारी आठवतात. जिल्ह्याच्या जमीनमहसूलविषयक नोंदी असलेल्या लांबलचक चोपड्या घेऊन तासन्‌तास त्यांच्या शिकवण्या चालत. जमीनमहसूलविषयक अत्यंत तांत्रिक बाबी, त्यांच्या व्याख्या व नोंदी, जमिनींच्या मालकीहक्क व वाटणीबाबतच्या नोंदी, जमिनीसंबंधी खटल्यांचं न्यायदान याबाबत प्रशिक्षणार्थीला चांगली ज्ञानप्राप्ती झाली आहे आणि तीही व्यवहारात वापरल्या न जाणाऱ्या थोड्या किचकट वाटणाऱ्या अशा पंजाबीत (आणि अधिक जुन्या नोंदी तर उर्दूत) झाली आहे, अशी दोन्ही 'पार्ट्यां'ची खात्री झाल्यावर मगच या शिकवण्या थांबल्या. जिल्ह्यातल्या सर्वोत्तम पटवारी आणि कानूनगोंची या ज्ञानदानासाठी नेमणूक करण्याची दूरदृष्टी जिल्हाधिकारी साहेबांनी दाखवणं, त्या दोन्ही अधिकाऱ्यांनी गंभीरपणे सर्व गोष्टी शिकवणं आणि 'साहेबा'नं तो विश्वास सार्थ ठरवणं हे सर्व दुवे इथे महत्त्वाचे.

नव्या अधिकाऱ्याच्या कामाच्या पद्धतींची आणि सवयींची पायाभरणी करण्याचं कामही प्रत्यक्ष अप्रत्यक्षपणे वरिष्ठ अधिकारी करत असतात. ते करण्यात जर वरिष्ठ कमी पडले, तर हा अधिकारी अर्ध्याकच्च्या अवस्थेत पुढे जातो आणि त्याचा दूरगामी परिणाम समाजाला भोगावा लागतो. सततचं

शिक्षण, मेहनती वृत्ती कायम टिकवून ठेवणं या सवयी खूप मोलाच्या असतात; कारण किमान आयएएस अधिकाऱ्यांच्या बाबतीत तरी, त्यांच्या नेमणुका वेगवेगळ्या विभागात होत असल्याने प्रत्येक नवं पोस्टिंग म्हणजे नवा विषय आणि नवी आव्हानं असतात.

या वरिष्ठ मंडळींनी नव्या अधिकाऱ्यात अधिकारांची जाणीव आणि जबाबदारी ठसवणं जेवढं आवश्यक असतं, तेवढंच त्याचे पाय जमिनीवर ठेवणंही जरुरीचं असतं. अन्यथा 'लाल बत्ती' भल्याभल्यांना बिघडवायला वेळ लावत नाही. नव्याने रूजू झालेल्या प्रशिक्षणार्थी अधिकाऱ्याला जेव्हा उठताबसता सलाम झडायला लागतात, निवृत्तीला आलेले अनुभवी कर्मचारीसुद्धा 'सर सर' म्हणून बोलतात, सामान्य जनतेच्या दृष्टीने तर तुम्ही देवच असता; तेव्हा अचानक अंगावर आलेल्या अधिकारीपणाची ही पहिली लाट गुदमरून टाकणारी असते. आपण अधिकारी आहोत, विशेष महत्त्वाचे आहोत - याची योग्य जाणीव ठेवणं आणि त्यात वाहवत न जाणं अशी ही तारेवरची कसरत असते. वरिष्ठांचं अजून एक महत्त्वाचं काम म्हणजे प्रशिक्षणार्थीला किंवा रूजू झालेल्या नव्या अधिकाऱ्याला स्पेस देणं, त्याची तडफ मारून न टाकणं, त्याचं राजकीय वर्तुळापासून संरक्षण करणं, थोडक्यात म्हणायचं तर 'वरून' येणारा दबाव स्वत: झेलणं. नाहीतर 'अमुक एक कारवाई करतोयस खरा; पण त्यामुळे तो अमकातमका पुढारी नाराज होईल, बदली होईल, पुढचं पोस्टिंग वाईट मिळेल!' अशी जर गुरूची शिकवण असेल; तर नवा अधिकारी गळाठेलच असं नसलं, तरी त्याची चाल धीमी पडते एवढं नक्की. ठाम भूमिका घेणारा, सर्व अडचणींची जाणीव करून देणारा पण घाबरवून न सोडणारा वरिष्ठ मिळणं हे उमेदवाराचं भाग्यच!

नव्या अधिकाऱ्यांमध्ये सहसा उत्साह, तडफ, स्टँड घेण्याची वृत्ती सगळं काही असतं. ते झपाटल्यासारखं कामही करतात; पण जर त्यांना योग्य वेळी योग्य दिशा आणि आकार देणारे वरिष्ठ भेटले नाहीत, तर हळूहळू आजूबाजूच्या परिस्थितीचं विरजण त्याच्या कामावर पडतंच. मग काही अधिकारी 'जुळवून' घ्यायला शिकतात, काही शहामृगी वृत्तीनं वाळूत तोंड खुपसून बसणं पसंत करतात, काही अधिकारी 'सिनिक' बनतात, काही कायमचे 'हुतात्मा' मूडमध्ये जातात आणि व्यवस्थेशी सतत भांडण करण्याच्या नादात त्यांची काम करण्याची क्षमता संपून जाते; किंबहुना त्यांची क्षमता पूर्ण वापरलीच जात नाही.लोकहितकारी प्रशासनासाठी आपणच निर्माण केलेली ही व्यवस्था वेगवेगळ्या प्रकारे भ्रष्ट बनते. या व्यवस्थेतले घटक एकमेकांना पूरक

ठरण्याऐवजी एकमेकांच्या विरोधात काम करतात. हे घटक एकाच व्यवस्थेची अपत्यं असल्याने त्यांचं हे पायात पाय घालणं अधिक परिणामकारक ठरतं. एवढंच काय पण इतकी उच्च गुणवत्ता, बुद्धिमत्ता असलेल्या आपल्याच अधिकाऱ्यांची क्षमता समाजाच्या कल्याणासाठी पूर्णपणे वापरली जाण्यात प्रचंड अडथळे निर्माण करतं. त्यामुळे होणारं नुकसान फार दीर्घकालीन असतं.

यानंतरच्या अधिकाऱ्याच्या कारकिर्दीला आकार देणारा दुसरा घटक म्हणजे प्रत्येक सरकारी विभागातले कर्मचारी. अधिकाऱ्याच्या वाटचालीत त्याच्या स्टाफची भूमिका फार महत्त्वाची असते. बऱ्याच जणांची संपूर्ण नोकरी एकाच विभागात झालेली असते, त्यामुळे ते त्या त्या विषयातले चांगलेच जाणकार असतात. मनात कुठलाही अहंकार न बाळगता अशा जाणकारांकडून मार्गदर्शन घेणं फार मोलाचं ठरतं. ते तुम्हाला केवळ त्या विषयाची आणि विभागाची माहिती व ज्ञान देतात असं नव्हे; तर इंग्लिशमध्ये ज्याला 'ट्रिक्स ऑफ द ट्रेड' म्हणतात, तेही उत्तमप्रकारे शिकवतात, कायद्यामधून काढल्या जाणाऱ्या पळवाटा आणि वाईट प्रथा-पायंड्यांचीही माहिती देतात. प्रत्येक ठिकाणी चांगले, वाईट, भ्रष्ट, प्रामाणिक, कामसू, चुकार अशा सर्व प्रकारचे लोक असतात. चांगल्या आणि कार्यक्षम लोकांना पाठिंबा देणं, योग्य मुद्द्यांवर त्यांच्यासाठी स्टँड घेणं, कामचुकार आणि भ्रष्ट लोकांना धारेवर धरणं हेही अधिकाऱ्याच्या कार्यक्षमतेचं मोठं लक्षण असतं. अधिकाऱ्याच्या यशाचं सगळ्यात मोठं श्रेय स्टाफला दिलं गेलं पाहिजे, असं मला मनापासून वाटतं, कारण शेवटी प्रत्यक्ष काम हे हाताखालच्या लोकांकडूनच केलं जातं.

स्टाफला अधिकाऱ्याची कामासंदर्भातली सर्व तत्त्वं, पद्धती, गुपितं माहीत असतात; त्यामुळे अधिकाऱ्याने काम करताना वेगवेगळे मापदंड वापरल्यास त्याचं वर्तन फार काळ लपून राहू शकत नाही. स्टाफ अधिकाऱ्याच्या इच्छेनुसार चालतो. जो स्टाफ कार्यक्षम आणि स्वच्छ अधिकाऱ्याच्या काळात उत्तम काम करून दाखवू शकतो; तोच स्टाफ भ्रष्ट, अकार्यक्षम अधिकाऱ्याच्या काळात निरंकुश आणि महाभ्रष्ट बनतो. त्यांच्यावर नियंत्रण ठेवणं, सर्वांना बरोबर घेऊन चालणं, त्यांच्यात चांगलं काम करण्याची उर्मी जागवणं ही अधिकाऱ्याच्या यशाची गुरुकिल्ली असते. चांगले अधिकारी स्टाफच्या मनावर कायमचा ठसा उमटवून जातात. अधिकारी कुठेही बदलून गेला, तरी कायम संपर्कात रहातात. "सर, तुम्ही दाखवलेला मार्ग आम्ही अजून सोडलेला नाही." असं आवर्जून सांगतात. काहींशी इतके जिव्हाळ्याचे संबंध प्रस्थापित होतात की, कामासंदर्भातल्या शंकानिरसन आणि मार्गदर्शनासोबतच घरगुती समस्यांबद्दलही

हक्काने बोललं जातं.

बऱ्याचदा असंही जाणवतं की, काही अपवाद वगळता बहुतांश कर्मचारी चांगलेच असतात. त्यांच्या कामाला प्रोत्साहन मिळालं, त्यांच्यासमोर स्वच्छ हेतू आणि लक्ष्य ठेवून काम करणारा अधिकारी असला की, प्रवाहाविरुद्ध पोहायची तयारी ते दाखवतात. प्रत्येक काम हे एक टीमवर्क-सांघिक काम बनतं आणि यश चालत येतं. त्याचं श्रेय अधिकाऱ्याला मिळत असलं, तरी त्यामागे हजारो हातांचं आणि मनांचं आंदोलन असतं. वेगवेगळ्या ठिकाणच्या अशा कर्मचाऱ्यांच्या कितीतरी हृद्य आठवणी आमच्यापाशी आहेत. पोलीस सेवेत असताना (तेव्हाचे जम्मू काश्मीर राज्य) तर या स्टाफच्या भरवशावरच आमचा तिथला काळ सुरक्षित आणि कामाच्या दृष्टीने अत्यंत चांगला गेला. व्यावसायिक जीवनातलं आणि भारतीय पोलीस सेवेतलं 'साहेबा'चं पहिलं पोस्टिंग १९९८- ९९ मध्ये सबडिविजन किश्तवाड जि. डोडा इथे उपविभागीय पोलीस अधिकारी म्हणून होतं. तेव्हा दहशतवाद चांगलाच भरात होता, कारगिलचं युद्धही त्याच काळात अगदी किश्तवाडच्या सीमेवर झालं. अशा वेळी साहेब रात्रंदिवस सावलीसारख्या सोबत असणाऱ्या सुरक्षारक्षकांबरोबरच असे, तर घराबाहेर दोन गार्ड्स आणि घरात एका सहाय्यकाच्या भरवशावर मी.

आमच्या अगदी घरासमोर भर रस्त्यात, शहराच्या मध्यवर्ती भागात दोनतीन वेळा हत्या झाल्या. संध्याकाळनंतर सर्वत्र कर्फ्यू लागे. बऱ्याच वेळी रात्री साहेब आणि पोलीस पार्टी पेट्रोलिंगला बाहेर पडत. गावाबाहेर चारी बाजूंनी उंच उंच पहाड होते. कुठेही एका ठिकाणी फायरिंग झालं की, त्याला प्रत्युत्तर म्हणून चारी बाजूंनी बंदुका कडाडू लागत. सामान्य नागरिकांना प्रशिक्षण देऊन त्यांच्यामधून बनवलेल्या स्पेशल पोलीस अधिकाऱ्यांच्या तुकड्या सज्ज होत. वातावरण तणावपूर्ण होऊन जाई. दहशतीच्या आणि परस्परअविश्वासाच्या त्या काळात हा स्टाफच आमचं सर्वस्व होता. त्यांच्यावर संपूर्ण विश्वास टाकण्यावाचून आमच्याकडे कोणताही पर्याय नव्हताच. त्यांच्याशिवाय आमचं कोणतंही काम पूर्ण करणं अशक्य होतं. इतकंच काय पण आमचे जीवही शब्दश: त्यांच्याच ताब्यात होते. एकाच राज्यातले काही लोक देशासाठी -काही देशाविरुद्ध लढत होते. काही विचारधारेसाठी आणि काही आंधळ्या विश्वासापोटी रक्तपात घडवत होते आणि आमच्यासारखे बाहेरच्या राज्यातून गेलेले लोक तिथे स्थिरावण्यासाठी धडपडत होते, त्या समाजाशी, संस्कृतीशी एकरूप व्हायचा प्रयत्न करत होते. आपल्या मध्यमवर्गीय सर्वसामान्य घरांतून अनुभवलेलं जगणं थोडं मागे ठेवून अधिकारीपदाच्या जीवनशैलीशी जुळवून

घेण्याचा प्रयत्न करत होते.

आमचे हे कर्मचारी आमचे सहकारी होते, रक्षक होते, नव्या जगासाठी आमचे गुरूही होते. त्यांचा स्वत:चा जीव, घरंदारं धोक्यात असूनही प्रसन्न चेहऱ्यांनी काम करत होते. हे लोक आणि शहरातले आणि सबडिविजनमधले सर्व स्तरातले कर्मचारी एकमेकांच्या सहकार्यानेच दहशतवादाविरुद्ध ही विषम लढाई लढत होते. उपकरणं, साधनं, शस्त्रास्त्रं या सर्वच बाबतीत दहशतवादी वरचढ असूनही केवळ जिद्द आणि देशभक्तीच्या जोरावर, आपली जमीन आणि संस्कृती जपण्यासाठी ही लढाई चालू होती आणि पुढेही दीर्घकाळ चालू राहिली. जिजीविषा काय असते, याचा प्रत्यक्ष अनुभव आणि प्रत्यक्ष शिक्षण या कर्मचाऱ्यांनी आम्हाला दिलं. १९९९ मध्ये 'साहेबाची' आयएएसमध्ये निवड झाल्याने आम्ही तेथून बाहेर पडलो, पण आमचे हे सर्व सहकारी पुढचा सर्व काळ तिथेच पाय रोवून लढत राहिले. दुर्दैवाने काहींना आपले प्राणही गमवावे लागले. या लढाईत आम्ही मनाने कायमच गुंतलेले राहिलो. आजही त्या आठवणींनी मन सुखावतंही आणि दहशतवादाची शिकार ठरलेल्या आमच्या सहकाऱ्यांच्या आठवणींनी खूप विषण्णताही दाटून येते.

याउलट एफसीआय (फूड कॉर्पोरेशन ऑफ इंडिया - भारतीय खाद्य निगम) सारख्या संघटनेत पंजाब राज्याचा महाप्रबंधक म्हणून जवळपास चार वर्षं काम करताना (२०१० -१३) साहेबाचे अनुभव बऱ्यापैकी वेगळे होते. भारताच्या खाद्यसुरक्षेसाठी काम करणारी ही एक महत्त्वपूर्ण संघटना आहे. ढोबळमानाने सांगायचं झालं तर तिचं काम म्हणजे शेतकऱ्यांकडून / आडत्यांकडून गहू-तांदुळाची (साळीची) खरेदी करणं, राईस मिलर्सकडून तांदूळ गुणवत्तेनुसार स्वीकारणं, त्याची साठवण आणि देशभर त्याचं वितरण करणं. हा देशभर वितरित झालेला गहू आणि तांदूळ स्वस्त धान्य दुकानं, माध्यान्ह भोजन योजना, शाळांमधल्या पोषक आहार योजना यामध्ये वापरला जातो. देशातल्या गरजू जनतेला उत्तम प्रतीचं धान्य स्वस्त दरात पुरवणं आणि अतिवृष्टी-अवर्षणासारख्या नैसर्गिक आपत्तींमध्ये किंवा साथीचे रोग, परकीय आक्रमणं अशा संकटकाळी देशाची राखीव खाद्य भांडारं भरलेली आणि सुरक्षित ठेवणं हे भारतीय खाद्य निगम या संघटनेचं पंजाबमधले काम. वर्षातून दोनवेळा हे धान्य खरेदीचे हंगाम असतात. एप्रिल-मेमध्ये गहू आणि ऑक्टोबर-नोव्हेंबरमध्ये तांदुळाची खरेदी आधी शेतकऱ्यांकडून आणि मग आडती व मिलर्सकडून केली जाते. गव्हाची साठवण लगेच गुदामांमध्ये किंवा सायलोजमध्ये केली जाते. तर तांदूळ साळीच्या रूपात खरेदी केला जाऊन

आधी साळ/टरफलं काढून त्याला पॉलीश केलं जातं. हे काम मोठमोठाल्या शेलर्समध्ये होतं. त्यानंतर हा शिजविण्यायोग्य तांदूळ गुदामांमध्ये साठवला जातो. ही एक मोठीच उलाढाल असते. ह्याव्यतिरिक्त हे खरेदी केलेलं आणि साफ करून साठवलेलं धान्य ३६५ दिवस गुणिले २४ तास अशा पद्धतीने रेल्वेच्या वॅगनमध्ये भरून देशभर पुरवलं जातं. आंतरराज्यीय पुरवठ्यापैकी त्याकाळी दररोज (३६५ दिवस) गहू आणि तांदुळाची प्रत्येकी ५० किलोची जवळपास १० लाख पोती पंजाबमधून पोहोचवली जात. रेल्वेची एक मालगाडी साधारणत: ४२ डब्यांची असते. या एका मालगाडीमध्ये ५२००० पोती पाठवली जातात म्हणजे प्रत्येक २४ तासांमध्ये अशा १८-२० मालगाड्या जेव्हा रोज पाठवल्या जात, तेव्हा देशाच्या पुरवठा दळणवळण व्यवस्थेच्या एकूण गरजेपैकी अर्धी गरज भागवली जाई.

याकाळात असलेली मुख्य अडचण म्हणजे साठवणीसाठी अपुरी जागा. तरी त्या काळात पीईजी योजनेअंतर्गत धडाडीने काम करून ४० लाख मेट्रिक टन क्षमतेची नवी गुदामे पंजाबमध्ये बांधण्यात आली. या अत्यंत जटील व्यवस्थांचे व समस्यांचे आकलन होण्यासाठी त्या काळात आयआयएम अहमदाबादने खास टीम पाठवून साहेबाच्या नावानिशी एक विशेष केस स्टडी प्रसिद्ध केला व त्या केस स्टडीचा नायक म्हणून साहेबाला आयआयएम अहमदाबादमध्ये बोलावून अभ्यासकांना संबोधित करायला लावले.

भारतीय शेतकऱ्यांचं नशीब आजच्या घडीलाही हवामानाशी बांधलेलं असतं. ४-५ महिन्यांची मेहनत बाजारात विकली जाऊन त्याचा मोबदला हातात पडेपर्यंत शेतकऱ्याला सतत चिंता असते. ऐन कापणीच्या वेळी धुळीची वादळं, पाऊस होतो. कधी कधी तर मंड्यांमध्ये धान्याचे डोंगर लागलेले असताना मुसळधार पाऊस येतो, धान्य भिजतं, मग धान्यखरेदीत अडचणी येतात. पंजाबच्या अर्थव्यवस्थेचा कणा असलेली ही व्यवस्था. हरित क्रांतीच्या काळात जन्माला आलेली आणि संपूर्ण देशाची गरज म्हणून विकसित होत गेलेली ही संस्था. या काळात या सर्व मंड्यांची व्यवस्था, धान्याच्या सर्व प्रकारच्या चाचण्या घेऊन त्याची खरेदी, पावसापासून संरक्षणासाठी ताडपत्र्यांची व्यवस्था, विकत घेतलेलं धान्य गुदामांपर्यंत पोहोचवणं, त्याची शास्त्रशुद्ध साठवण, रेल्वेद्वारा वाहतूक असे अनंत उद्योग असतात.

टीव्ही वर आपण यासंबंधीच्या बातम्या पाहतो, वर्तमानपत्रात वाचतो; पण प्रत्यक्षात शेकडो एकराच्या मंड्या आणि त्यात लागलेले धान्याचे डोंगर बघितल्यावर परिस्थितीची विराटता लक्षात येते. अचानक एकाच मंडीमध्ये

जास्त आवक होणं, ती त्या त्या जिल्हाधिकारी आणि जिल्हा अन्न व नागरी पुरवठा अधिकाऱ्याने नियंत्रित न केल्यास वाहतुकीची कोंडी होणं, खरेदीसाठी खूप वाट पहायला लागून शेतकऱ्यांची आणि आडत्यांची निदर्शनं सुरू होणं, खरेदी झालेल्या धान्याची वेगानं उचल न होणं, साठवणक्षमता कमी पडणं असे अनेक प्रश्न तातडीने सोडवावे लागतात. त्यावेळी एफसीआय च्या देशात चालणाऱ्या या संपूर्ण कामापैकी निम्मं म्हणजे ५०% काम 'देशाचं धान्याचं कोठार' म्हणून ओळखल्या जाणाऱ्या एकट्या पंजाबमध्ये होत होतं. या काळात शेतकऱ्यांना केंद्र सरकारकडून दिला जाणारा मोबदला भारताच्या बऱ्याच राज्यांच्या अर्थसंकल्पीय तरतुदींएवढा किंवा त्याहीपेक्षा जास्त असतो. ४००० लोकांचा नियमित स्टाफ, सुमारे १५००० कायमस्वरूपी मजूर आणि सुमारे ४०००० कंत्राटी मजूर अधिक हजारो अडतिये असा एकूण पसारा फक्त पंजाबमध्ये असतो. एवढे कर्मचारी, अनेक कामगार संघटना, अंतर्गत बंडाळ्या आणि भ्रष्टाचार यांनी बुजबुजलेली ही अवाढव्य संघटना! शिवाय धान्यवाहतुकीसाठी रेल्वे खातं आणि स्थानिक वाहतुकीसाठी ट्रक युनिअन्स, ज्या ज्या राज्यांमध्ये धान्य पाठवलं जातंय अशी सर्व राज्यं, त्या त्या ठिकाणच्या राज्यशासनाशी व सार्वजनिक धान्यवितरण व्यवस्थेशी धान्यपुरवठ्याबाबत संपर्क आणि या सर्व घटकांशी समन्वय साधून कामात सुसूत्रता राखण्याची वेगळी जबाबदारी.

अशा यंत्रणेत महाप्रबंधक, तोही फक्त पंजाबसारख्या ठरावीक राज्यांमध्ये, हा फक्त त्या केडरचा आयएएस अधिकारी असतो. बाकी सर्वजण एफसीआयचे कर्मचारी आणि अधिकारी असतात. त्यामुळे या महाप्रबंधकाबद्दल मुळातच 'हा बाहेरून आलेला माणूस, आमच्या डोक्यावर लादलेला बॉस' अशी थोडी नकारात्मक भावना असते. त्यात अत्यंत कार्यक्षम, प्रचंड मेहनती, अभ्यासू आणि प्रामाणिक बॉस डोक्यावर बसणं आणखीनच वाईट! त्यामुळे कर्मचाऱ्यांच्या या वृत्तींवर मात करून त्यांच्याकडून सर्व उपायांचा वापर करून चमत्कार वाटावा असे निकाल देणं ही सोपी गोष्ट नव्हे. बाजारात आलेल्या धान्याची अनेक गुणवत्ताचाचण्यांनंतर खरेदीयोग्य असल्याची स्वीकृती, त्याची वेगाने खरेदी, धान्य भरण्यासाठी असलेल्या पोत्यांची गुणवत्ता, खास करून गुणवत्तेची पारख करून राज्य सरकारच्या एजन्सीज/राईल शेलर्सकडून तांदूळ स्वीकारणे, वाहतुकीदरम्यान होणारी गळती अशा इथल्या प्रत्येक गोष्टीत भ्रष्टाचार करण्यासाठी वाव असतो आणि कशातही केलेली ०.२ ते ०.५% इतकी किरकोळ गडबडही शेकडो कोटीत जाते. यामुळे अशा भ्रष्ट मानसिकतेवर

काबू ठेवून काम करवून घेणं म्हणजे सगळ्यांशीच शत्रुत्व पत्करणं असतं. अंतिमत: देशभरातल्या गरिबांना स्वस्त धान्य दुकानातून मिळालेलं आणि माध्यान्ह भोजनात मुलांच्या ताटात वाढलं गेलेलं उत्तम अन्न हेच या मेहनतीचं फलित असतं.

या सगळ्या पार्श्वभूमीवर एफसीआयमध्ये झालेलं काम म्हणजे केवळ अधिकाऱ्याची सत्ता आणि तिचा कठोरपणे केलेला वापर नव्हता; तर हे रात्रंदिवस मानसिक-भावनिक स्तरांवर चाललेलं युद्ध होतं. राजकीय नेते, क्वचित प्रसंगी तुमचेच वरिष्ठ अधिकारी, तुमचे कर्मचारी आणि हितसंबंधी गट यांच्यासोबत केलेला तो अजब संघर्ष होता. काही वेळा इतर वरिष्ठ अधिकाऱ्यांनीसुद्धा,'बघ रे बाबा, ज्या पदावर तू आहेस, तिथून आत्तापर्यंत कोणीही साफसुथरं बाहेर पडलं नाही बरं का! काहींनी खूप कमावलं आणि काही विभागीय चौकशांत फसलेत वर्षानुवर्षं! जपून रहा जरा-' असं सांगितलं, तेव्हा निदान माझ्या मनात तरी भीतीची एक लहर थरथरत गेलीच. ज्यांच्याकडून काम करवून घ्यायचं, तेच लोक(काही अपवाद वगळता) जेव्हा मनाने तुमच्या विरोधात असतात; तेव्हा त्याचा मानसिक ताण भयंकर असतो. व्यवस्थेशी झगडा करणं म्हणजे काय, ते अशा ठिकाणी समजतं. असो, एकुणात वेगवेगळ्या ठिकाणी केलेलं काम आणि त्यात स्टाफची भूमिका हे नेहमीच खूप काही शिकवणारं आणि संस्मरणीय अनुभव देणारं असतं, एवढं मात्र नक्की.

अधिकाऱ्याला घडवणाऱ्या घटकांमध्ये आणखी एक महत्त्वाचा घटक म्हणजे ज्यांच्यासाठी त्याला काम करायचं असतं ते लोक. अधिकाऱ्याचं काम जेवढं लोकाभिमुख असेल, लोकांच्या दुखऱ्या नसा त्याला जेवढ्या चांगल्या समजतील, तेवढा तो अधिकारी म्हणून अधिकाधिक यशस्वी होतो. ऑफीसच्या चार भिंतीआड बसून कारभार करावा लागतोच. रोजचं फाईलवर्क, शेकडो विषयांवर घ्याव्या लागणाऱ्या बैठका, कार्यालयीन कामं, भेटायला येणारे लोक, विशेष योजनांची आखणी इत्यादींसाठी एक विशिष्ट प्रारूप आखावंच लागतं. परंतु चार भिंतींबाहेर पडून गावाची-शहराची-जिल्ह्याची स्थिती, तिथला इतिहास-भूगोल-वातावरण- परंपरा सगळं समजून घ्यावं लागतं. तिथले विवक्षित प्रश्न, वैशिष्ट्यं, लोकांची मानसिकता उघड्या डोळ्यांनी आणि उघड्या मनाने समजून घ्यावी लागते. भेटायला आलेल्या प्रत्येक सामान्य माणसाचं म्हणणं मनापासून ऐकून घ्यावं लागतं. मोठा अधिकारी वेळ देऊन, शांतपणे आपली समस्या ऐकतो आहे, त्यावर उपाय शोधतो आहे, या भावनेनंच निम्मं दुखणं

पळून जातं. सरकारी कार्यालयांमध्ये आलेल्या सामान्य माणसाचं कोणी नीट ऐकून घेत नाही आणि त्याला नीट मार्गदर्शन करत नाही, ही सगळ्यात मोठी अडचण असते. मोठा साहेब ऐकून घ्यायला लागला, समस्यांवर उपाययोजना करण्याबाबत आदेश सुटू लागले आणि सगळ्यात महत्त्वाचं म्हणजे त्याचा पाठपुरावा साहेबाकडूनच व्हायला लागला की, विजेच्या वेगाने सर्व अधिकारी, कर्मचारी, चपराशीसुद्धा चटकन 'फॉल इन लाईन' होतात.

गरिबातल्या गरीब माणसाला आवश्यक असलेले सरकारी दवाखाने, सरकारी शाळा, स्वस्त धान्य दुकानं यांच्या तपासण्या सुरू झाल्या की, दर्जा लगेच सुधारतो. कोणतीही नवी व्यवस्था किंवा प्रयोग करायची सहसा गरज नसतेच. आहे तीच व्यवस्था उत्तम व्यवस्थापनासोबतच थोडाफार चाबूक मारून सुरू केली की, तीच व्यवस्था, तेच कर्मचारी, त्याच संस्था उत्तम काम करू लागतात. कागदावर उत्कृष्ट वाटणाऱ्या योजना प्रत्यक्ष साकार होतात. सत्तातंत्र चालवणाऱ्या यंत्रणेत परस्परहितसंबंध जपणारेच जास्त असतात. तळागाळातल्या भरडल्या जाणाऱ्या लोकांसाठी उभे रहाणारे फार थोडे. जे फक्त दुवा देऊ शकतात, त्यांचा आवाज बनणारे फार थोडे असतात. जेव्हा लोकांसाठी काम होतं, अधिकारी भेटीसाठी उपलब्ध होतो, कामामागची तळमळ आणि मेहनत लोकांपर्यंत पोहोचते; तेव्हा लोक भरभरून प्रतिसाद देतात. आश्वासनं नुसती दिली जात नाहीत, तर कामं होतातसुद्धा - हा अनुभव आला की, लोक प्रशासनावर विश्वास टाकायला लागतात. ते खास भेटायला येतात, पत्रं पाठवतात. 'बघायला' येतात.हेच खऱ्या अर्थाने अधिकाऱ्याच्या कारकिर्दीतलं संचित असतं.

लोकांचं भरभरून प्रेम मिळतं आणि मिळत रहातं. आपण जे काम चोखपणे करतो आहोत, ते कधीही थांबू शकतं, आपली कधीही बदली होऊ शकते - हे माहीत असूनही ते काम तेवढ्याच चोखपणे करत रहाणं ही खूणगाठ मात्र अधिकाऱ्याच्या मनात पक्की हवी. भारताच्या राज्यघटनेनी जी उद्दिष्टं आपल्यासमोर ठेवली आहेत, ती प्रत्यक्षात आणण्यासाठी जे अधिकार आपल्याला मिळाले आहेत, त्यांचा पुरेपूर वापर जनसामान्यांसाठीच झाला पाहिजे - ही गोष्ट मनात कायम जागृत हवी. एक किस्सा इथे सांगितल्यावाचून रहावत नाही. पंजाबमध्ये एका वृद्ध शेतकऱ्याच्या कित्येक वर्षं वादात अडकलेल्या जमिनीचं प्रकरण साहेबाने सोडवलं. त्यानंतर काही काळाने आमची दुसऱ्या ठिकाणी बदली झाली. नंतर २-३ आणखी बदल्या होऊन आम्ही पुन्हा शेजारच्या जिल्ह्यात आलो, तेव्हा त्याने आम्हाला शोधून काढलं.

मधूनमधून तो घरचं निरसं दूध घेऊन यायचा. 'हे दूध साहेबाला पाज, म्हणजे तो अशीच चांगली कामं करेल!' असं मला बजावून जायचा. लोकांचं असं भोळसट प्रेम, त्यांच्या अपेक्षा किती साध्या असतात आणि त्या पूर्ण होणंसुद्धा आपली व्यवस्था किती अवघड करून ठेवते - याचंच द्योतक आहे.

पुरेसा रोजगार, चांगलं शिक्षण, उत्तम आरोग्यव्यवस्था आणि मूलभूत गरजा भागतील अशी व्यवस्था यापलीकडे सर्वसामान्य माणसाला काही नको असतं. परंतु आपली राजकीय व्यवस्था आणि प्रशासन यात कमी पडतं, असं दुर्दैवाने म्हणावं लागतं. शिक्षण आणि आरोग्य या महत्त्वाच्या आणि मूलभूत गरजा नीट भागवल्या न गेल्यामुळे सामान्य माणूस आयुष्यभर अडचणीत रहातो. खाजगी शाळांचं फुटलेलं पेव आणि त्यांच्या गुणवत्तेवर सरकारचं कुठलंही नियंत्रण नसल्याने तिथे आधुनिक शिक्षणाच्या नावाखाली पालकांकडून अमाप पैसा काढला जातो. दुसऱ्या बाजूला सरकारी शाळांची दुर्दशा, शिक्षकांच्या अनियमित नेमणुका, साधनांची कमतरता यामुळे गावातले, शहरातले सुशिक्षित लोक, आर्थिकदृष्ट्या ठीकठाक असलेले लोक खाजगी शाळांकडे वळतात. त्यामुळे समाजातले जे प्रभाव पाडू शकतील, मागण्या करू शकतील, दबावगट निर्माण करू शकतील, असे लोक - ज्याला इंग्रजीत 'स्टेक होल्डर्स' म्हणतात - असे सगळे लोक सरकारी शिक्षणव्यवस्थेतून बाहेर पडतात. मग जे गरीब आहेत, मोलमजुरी करणारे आहेत, ज्यांना दुसरं काही परवडत नाही, असे लोकच आपली मुलं सरकारी शाळांमध्ये पाठवतात. तिथल्या शैक्षणिक गुणवत्तेबद्दल तक्रार करण्याची शक्ती आणि धाडस त्यांच्याकडे नसतं. त्यामुळे सरकारी शाळा अधिक दुर्लक्षित होतात. अशा शाळांमधून बाहेर पडणारी मुलं शैक्षणिकदृष्ट्या इतर मुलांशी स्पर्धा करूच शकत नाहीत. पर्यायाने ती रोजगार मिळविण्यासाठीही अक्षम ठरतात. शिवाय यातून एक नवीनच वर्गरचना होते. पूर्वी गावातली किंवा शहरातली सगळीच मंडळी सरकारी शाळांतच जात असत त्यामुळे सहाध्यायी म्हणून त्यांच्यात थोडातरी संपर्क आणि देवाणघेवाण होती. एकमेकांच्या अडचणींची जाणीव होती. आजकाल बालवर्गापासूनच त्यांचा संपर्क संपुष्टात येत असल्याने एकाच लोकवस्तीत पूर्ण वेगळ्या वाटांकडे ढकलल्या जाणाऱ्या आधुनिक पिढ्या निर्माण होतात. अशा 'आहे रे' वर्गातल्या मुलांना पालक 'आधुनिक सिद्धार्थ' बनवण्याच्या मागे असतात. आपल्या मुलांना कोणताही अभाव, अडचण, दुःख सोसावं लागणार नाही इतकंच काय पण तसं काही दिसणारही नाही - याची सतत काळजी घेतली जाते. वंचितांचं जग त्यांच्या कल्पनेपलीकडचं असतं. त्यामुळे अशी

मुलं जेव्हा सरकारी अगर खाजगी क्षेत्रात अधिकारी बनतात, तेव्हा त्यांच्या विकासाच्या कल्पना बऱ्याचदा वेगळ्या असतात. 'नाही रे' वर्गाचे प्रश्न त्यांना समजतील, याची खात्री देता येत नाही. उंच इमारती आणि गुळगुळीत रस्ते म्हणजे विकास नव्हे. झोपडपट्ट्या उखडणं किंवा फेरीवाले पळवून लावून शहर चकचकीत करणं म्हणजे विकास नव्हे. सामाजिक बांधिलकी जागवणं, प्रश्नांवर वरवरचे आणि दिखाऊ उपाय करण्याऐवजी त्यांच्या मुळांशी जाणं खूप महत्त्वाचं आहे.

हीच गोष्ट सरकारी आरोग्यव्यवस्थेबद्दलही तितकीच खरी आहे. समाजातले सर्व हितसंबंधी गट त्यापासून दूर गेल्याने सरकारी इस्पितळांची दुर्दशा झाली आहे. खाजगी रुग्णालयं मनसोक्त लूट करत आहेत. यामुळे एखादा गंभीर आजार एका मध्यमवर्गीय किंवा निम्न स्तरातल्या कुटुंबाला कर्जबाजारी करून टाकतो. यातूनच वाढतं दारिद्र्य, बेकारी, शिक्षणाचा अभाव, गुन्हेगारी अशा अनेक समस्यांचं दुष्टचक्र सुरू होतं. परंतु मूळ समस्यांकडे फारसं लक्ष न देता विकासाच्या नावाखाली त्यावर वरवरची मलमपट्टी केली जाते. भारतासारख्या खंडप्राय देशात सामाजिक समस्या अशा पद्धतीने जन्म घेतात. मग त्या आर्थिक, राजकीय, प्रशासकीय अशा क्षेत्रांत चक्रवाढ पद्धतीने प्रतिबिंबित होतात आणि वाढत जातात. त्यामुळे 'आहे रे' वर्गात आणि अधिकारी वर्गात ह्या जाणिवा आणि कणव निर्माण होणं गरजेचं आहे. समाजातल्या सर्वात शेवटच्या माणसाच्या मूलभूत गरजा जोवर भागत नाहीत; तोवर त्यावर सतत, मुळापर्यंत आणि दीर्घकाळ काम होण्याची गरज आहे.

मनात घर करून राहिलेली आणखी एक आठवण आहे ती किश्तवाडची. आयएएसमध्ये निवड झाल्यानंतर आम्ही किश्तवाड (तेव्हाचा जिल्हा डोडा), जिथे साहेबाने उपविभागीय पोलीस अधिकारी म्हणून काम केलं, तिथून निघालो. त्यावेळी शहरातल्या सर्व नागरिकांनी पोलीस स्टेशनच्या आवारात एक सभा आयोजित केली होती. सर्वांची धन्यवाद देणारी आणि कौतुक करणारी भाषणं झाली. त्यानंतर पोलिसांसोबतच उत्स्फूर्तपणे त्या सर्व नागरिकांनी आमच्या जीपला दोरखंड बांधून शहरातून ती ओढत नेली होती. रस्त्याच्या दोन्ही बाजूंना हात जोडून आणि प्रसंगी डोळ्यांत पाणी आलेले नागरिकांचे चेहरे... हे विसरणं कधीच शक्य नाही. असं मिरवत न्यायला आम्ही काही राजे-महाराजे नव्हतो पण केलेल्या कामाची पावती देण्याच्या त्या पद्धतीने भारावल्यासारखं झालं. तेव्हा तिथला दहशतवाद संपलेला नव्हता, लवकर संपायची फारशी चिन्हंही दिसत नव्हती. अशा वेळी तो संपू शकतो, शांतता आणि स्थैर्य येऊ

शकतं - असं आश्वासन ज्या अधिकाऱ्याने त्याच्या कामातून दिलं, जो त्याच्या कुटुंबासकट त्यांच्यातलाच एक बनून आणि खांद्याला खांदा लावून लढत राहिला, त्याला आणि त्याच्या कुटुंबाला लोकांनी उत्स्फूर्तपणे दिलेली ती एक मानवंदना होती.

असे कितीतरी अनुभव आहेत. भारतभर उत्कृष्टपणे काम केलेल्या आणि करणाऱ्या अनेक अधिकाऱ्यांचे असे अनुभव असतील. हेच खऱ्या अर्थाने सर्वांचे पुरस्कार असतात. हे अनुभव भारावूनही टाकतात आणि खांद्यावर असलेल्या जबाबदारीची जाणीव करून देतात. मानसिक आणि भावनिकदृष्ट्या खूप बळ देतात.

दुसऱ्या बाजूला गमतीचा भाग म्हणजे बऱ्याचदा लोकांचे उलटेही अनुभव येतात. त्यांची अगदी वेगळी बाजूही बघायला मिळते आणि आपण जे काही काम करतो आहोत, तो वाळूत पाणी ओतत राहण्याचा प्रकार तर नाही ना - अशी शंका अधिकाऱ्याला छळू लागते. जी जनता   कार्यक्षम अधिकाऱ्याचा उदोउदो करत असते, तीच जनता त्याच्या जागी एखादा भ्रष्ट अकार्यक्षम अधिकारी आला; तर फार चटकन जुळवूनही घेते. वारंवार एखाद्याच्या बदल्या झाल्या, अधिकाऱ्यावर अन्याय झाला; तर वृत्तपत्रातून थोडाफार आरडाओरडा होतो, लोक खाजगीत चर्चा करतात; पण क्वचित अपवाद वगळता त्याविरुद्ध आंदोलन उभं रहात नाही. बरं, लोकांचा प्रत्यक्ष उघड विरोध किंवा आंदोलन न का होईना, पण लोक चटकन् कात टाकून नव्या बदलांचा सहर्ष स्वीकार (?) करतात. उलट 'साहेबानेच एवढं कडक धोरण ठेवायला नको होतं!' असं म्हणतात.

एक किस्सा सांगते म्हणजे मी असं का म्हणते, ते तुमच्या लक्षात येईल. मनरेगा ही मुख्यत: ग्रामीण भागांसाठीची रोजगार हमी योजना आहे. रोजगारनिर्मितीसाठी त्यात भूसंधारण, शेततळी खणणं अशा प्रकारची कामं केली जात. त्यातून दुष्काळग्रस्त भागात लोकांना रोजगार उपलब्ध करून दिला जावा हा उद्देश. पंजाबात नवांशहर(आता शहीद भगतसिंग नगर) जिल्ह्यात जिल्हाधिकारी म्हणून काम करताना तिथे मनरेगा अंतर्गत रस्त्याच्या कडेला वृक्षलागवड प्रकल्प चालवला गेला. तो प्रकल्प पूर्ण होत आल्यानंतर त्याची तपासणी करताना साहेबाने एकूण त्या रस्त्याची लांबी, त्यावर लावल्या जाणाऱ्या झाडांची अपेक्षित संख्या, खणल्या जाणाऱ्या खड्ड्यांची अपेक्षित खोली यांची मोजमापं करून त्यातला गैरव्यवहार बाहेर काढला. काही काळाने जेव्हा बदली झाली, तेव्हा आलेल्या मिश्र प्रतिक्रियांमध्ये 'काय साहेब आहेत

हे.. झाडं लावण्यासारख्या साध्या साध्या गोष्टींमध्येसुद्धा लक्ष घालतात!' (एकूण बदली झाली ते साहजिकच होतं) अशीही प्रतिक्रिया होती. गमतीची गोष्ट म्हणजे त्याच काळात एका दुसऱ्या जिल्ह्यात तिथल्या जिल्हाधिकाऱ्याने मनरेगा अंतर्गतच एकही मजूर न लावता बुलडोझर लावून चर व तलाव खणले आणि त्या अधिकाऱ्याला त्याच्या उत्तम कामाबद्दल राष्ट्रीय पुरस्कारही मिळाला.

हे लिहिण्यामागे कुणाची निंदानालस्ती करणं किंवा कुणाचं कौतुक करणं हा उद्देश नाही. केवळ एकच हेतू आहे, कुणाचं कुठलंही काम लक्ष्यकेंद्रित असलंच पाहिजे; परंतु ते लक्ष्य पूर्ण करताना त्या कामामागचा मूळ उद्देश विसरला जाता कामा नये. नाहीतर काम पूर्ण झालं; तरी त्यात सरकारी कर्मचारी, ज्यांच्या भल्यासाठी ते काम आखलं गेलेलं असतं ती जनता यांच्यापर्यंत त्यामागचा हेतू इंग्रजीत ज्याला 'इन लेटर्स अँड स्पिरिट्' म्हणतात तशा अर्थाने पोहोचतच नाही. तो हेतू जर सर्वांपर्यंत पोहोचला आणि त्याचा आशय त्यांना समजला, तर त्यातून एका सामूहिक आणि सामाजिक जबाबदारीची जाणीव निर्माण होते आणि खूप अव्वल दर्जाची आणि दीर्घकाळ टिकणारी कामं केली जाऊ शकतात.

आमच्या काही बदल्यांनंतर त्या त्या ठिकाणच्या प्रतिष्ठित मंडळींनी निरोप समारंभ केले. त्यामध्ये काही वेळा काहीजणांनी मला एकीकडे बोलावून अगदी मनापासून सांगितलं की, ''साहेबांना सांगा की, कामांबाबत एवढं कडक धोरण ठेवू नका. आमदार- लोकप्रतिनिधींची चारदोन कामं तशीच करून टाकायची मग बाकी हवं तसं काम करायला आपण मोकळे. शिवाय एखाद्या मंत्र्याशीही जवळीक ठेवावी, म्हणजे बरं असतं. वेळप्रसंगी त्यांची मदत होते. मी त्या अमक्या मंत्र्यांशी तुमच्याबद्दल बोलू का?'' हे लोक अत्यंत मनापासून बोलत असत. मला त्यांच्या भावनेचा अनादर करायचा नसे, कारण एक चांगला अधिकारी फार लवकर आपला जिल्हा सोडून चालला आहे, याचं त्यांना मनापासून वाईट वाटत असे. ह्या बदल्या साधारणत: ३ वर्षांनी होणं अपेक्षित असतं; पण जेव्हा हा वेग ८ महिने, ३ महिने, दीड महिना, तीन आठवडे असा झाला, मुलांच्या शाळेचं सामान वारंवार खरेदी करावं लागलं, पॅक करून ठेवलेलं सामान भिजणं-खराब होणं-वाळवी लागणं अशा अवस्थेत पहावं लागलं, तेव्हा वाईट वाटलंच.

साहेब नेमणुकीच्या ठिकाणी, कुटुंब दुसऱ्या ठिकाणी आणि सामान आधीच्या नेमणुका असलेल्या २-३ ठिकाणी - अशाही अवस्थेत आम्ही दिवस

घालवले. या काळात आम्ही काही उघड्यावर, दु:खात वगैरे नव्हतो; पण अशा स्थितीमागचा अन्याय, असहायता, शारीरिक-मानसिक थकवा यातना देणारा असे. या सगळ्यात वैयक्तिक नुकसान तर होईच; पण प्रत्येक ठिकाणी जे तळमळीने काम करणारे लोक असत, कर्मचारी असत, कनिष्ठ अधिकारी असत, त्यांचाही आधार तुटल्यासारखा होई. हाताखालच्या अधिकाऱ्यांच्या पाठीवर हात ठेवून 'तुम्ही लढा, मी तुमच्या पाठीशी आहे' असं सांगणाऱ्या वरिष्ठाची तडकाफडकी बदली झाल्यावर असे अधिकारी नव्या अधिकाऱ्यासोबत पुन्हा कसं जुळवून घ्यायचं, या चिंतेत अडकत. पुन्हा उभारी मिळालेल्या स्वयंसेवी संस्था एकदम परिघाबाहेर फेकल्या जात. चांगली चालू झालेली कामं थांबत. प्रशासनाचा वेग आणि गुणवत्ता मंदावे. नवा येणारा अधिकारी पूर्ण वेगळ्या विचारांचा असेल, तरीसुद्धा चालू असलेली कामं थोड्याफार प्रमाणात का होईना पण चालू रहात. पण बऱ्याचदा अधिकारी सूडबुद्धीने वागत. आधीच्याचं सगळं पुसून टाकायचं, चांगले लोक, चालू असलेली चांगली कामं यांना लक्ष्य करून सगळं मिटवून टाकायचं - अशी कोती बुद्धी असली की, सगळ्यावरच विरजण पडे. हे सगळं खूप खंतावणारं असे. आपण ज्या नोकरीत आहोत, ती नागरी सेवा आहे आणि त्यात जनतेचं कल्याण आणि विकास ह्या उद्देशांनीच काम व्हावं, त्यात वैयक्तिक स्पर्धा असू नये, निदान द्वेषभावना असू नये, एवढंही पथ्य पाळलं जात नसे.

दुसरा मुद्दा असा की, चांगला अधिकारी तिथे राहो न राहो, लोकांना त्यांच्या त्यांच्या वैयक्तिक कार्यक्षेत्रात तर चांगुलपणा-कार्यक्षमता-नैतिकता यांची कास धरायला काही हरकत नसावी ना! त्यासाठी चांगला अधिकारीच तिथे असण्याची काय गरज आहे? तो तिथे असो की बदलून जावो, चांगली मूल्यं ही सार्वकालिक असतात, ती पाळणं सगळ्यांच्याच हिताचं असतं; पण त्याचीही कुठली शाश्वती देता येत नाही. हा सगळा आदर्शवाद कागदावरच राहतो. बदली झाल्यानंतर त्या जागी जिल्ह्यात अगर विभागात काही काळातच पुन्हा पहिले पाढे पंचावन्न असा प्रकार दिसून येतो! असं सगळं पाहिलं की, मेंदू काम करायचा थांबेल, असं वाटे. जे काम आपलं रक्त, घाम आटवून अधिकारी उभं करतो, ते इतकं अल्पजीवी असू शकतं? ज्या लोकांसाठी हे सगळं रात्रंदिवस चालू आहे, त्या लोकांना त्याची किंचितही जाणीव अगर पर्वा नसावी? त्यांच्यात कुठेच निदान त्यांच्या त्यांच्या क्षेत्रात ताठपणे उभं राहण्याची उमेद नसावी, ही भावना फार निराश करून टाकणारी असते. की समाजाला कायमच फक्त एखाद्या हिरोची-तारणहाराची गरज असते? की काही काळ त्या

हिरोच्या मागे धावणं आणि त्याचा उदोउदो करणं एवढंच लोकांना करायचं असतं? की आपण काम करतो आहोत, प्रसंगी वैयक्तिक सुखाचं बलिदान देऊन समाजात बदल घडवायचा प्रयत्न करत आहोत - हा अधिकारी आणि त्याच्या कुटुंबाचा अहंकार असतो? याचं उत्तर अजूनही सापडलेलं नाही.

अधिकाऱ्याला घडविणारा शेवटचा प्रभावशाली घटक म्हणजे राजकीय नेते. प्रशासन अधिकारी चालवीत असले, तरी धोरणविषयक निर्णय घेण्याचं काम आपलं राजकीय नेतृत्व करत असतं. प्रशासन हे सर्वसाधारणत: लोकांना नागरी सुविधा देणं, महसूलविषयक कारभार पाहणं, कायदा आणि सुव्यवस्था राखणं, आपत्कालीन उपाययोजना करणं ही कामं करतं. धोरणविषयक निर्णय घेतानाही प्रशासक राजकीय नेतृत्वांना सल्ला देणं, आकडेवारी पुरवणं अशी महत्त्वाची कामं करतात. शिवाय राजकीय नेतृत्वाने घेतलेल्या निर्णयाची अंमलबजावणी करण्याची संपूर्ण जबाबदारी प्रशासकीय अधिकाऱ्यांची असते. अशा वेळी लोकप्रतिनिधी आणि प्रशासन यांना कायम एकत्र काम करावं लागतं. लोकप्रतिनिधींच्या मागे लोकांचा पाठिंबा असतो; तर प्रशासनाकडे स्थिरता, यंत्रणा आणि अनुभव असतो. आपल्या लोकशाही व्यवस्थेचे हे दोन महत्त्वाचे घटक जेव्हा एकदिलाने काम करतात; तेव्हा तो जिल्हा, राज्य किंवा देश झपाट्याने प्रगती करतो. या दोन्ही घटकांचं परस्परावलंबन सकारात्मक होण्यासाठी दोन्हीही घटकांची परिपक्वता महत्त्वाची ठरते.

प्रशासक किंवा सरकारी अधिकारी हा राज्यकारभारातला कायमस्वरूपी घटक असतो. सरकार बदललं, तरी यांचं स्थान अबाधित असतं. त्याउलट लोकप्रतिनिधींचं अस्तित्व लोकांच्या पाठिंब्यावर अवलंबून असल्याने त्यांच्या पदाची एका विशिष्ट कालावधीनंतर खात्री देता येत नाही. यामुळे लोकांची मर्जी राखणं त्यांना आवश्यक असतं. आणि हाच मुद्दा बऱ्याचदा त्यांच्यातल्या संघर्षाचं कारण बनतो. धोरणं ठरवताना ती लोकांच्या फायद्याची असतील, हे बघितलं जातंच; पण त्यामध्ये पुढील निवडणुक लक्षात घेऊन लोकानुनयही केला जातो. अशावेळी प्रत्येक गोष्ट अगदी नियमावर बोट ठेवून करणारे अधिकारी अडचणीचे ठरू लागतात. क्वचित प्रसंगी अधिकारीही लोकप्रतिनिधींना डावलून आपणच सर्वेसर्वा असल्यासारखं काम करू लागतात. असं असलं, तरीही हे दोन्ही घटक एकमेकांना प्रभावित केल्याशिवाय रहात नाहीत. तळागाळातून संघर्ष करून आलेल्या राजकीय नेत्यांमध्ये एक उपजत शहाणपण, जनतेची नस पकडण्याचं कौशल्य आणि चांगल्या अधिकाऱ्यांचा कामासाठी वापर करून घेण्याचं कसब असतं. काही नेते अत्यंत अभ्यासू, कामाबद्दल आणि

वेळेबद्दल काटेकोर असतात. आलेल्या प्रकरणांचा, फाईल्सचा तातडीने निपटारा करणं, लोकांशी सतत जागता संपर्क ठेवणं याबाबत सतर्क असतात. त्याचवेळी आपल्या मतदारसंघाबाहेर, राज्याबाहेर, देशात आणि जगात काय काय चालू आहे, त्यांच्या खात्याच्या विषयात जगभरात कोणकोणती कामं होत आहेत - याबाबतही अद्ययावत ज्ञान बाळगून असतात. अशा नेत्यांकडून अधिकारी फार महत्त्वाच्या गोष्टी शिकू शकतात, ज्या त्यांना त्यांच्या दीर्घ व्यावसायिक आयुष्यात उपयोगी पडतात. याउलट अधिकाऱ्यांची कायदे आणि नियम पाळण्याची वृत्ती, वेगवेगळ्या प्रकरणांबाबत फाईल्सवरचे सफाईदार काम आणि त्या त्या विभागाच्या कामात त्याने आणलेली कार्यक्षमता नेत्यांच्या कामाचा आलेख उंचावत नेते.

दुसऱ्या बाजूला भ्रष्ट लोकप्रतिनिधी हे अधिकाऱ्याने स्वत:ची बुद्धी ही नियम आणि कायद्यातून पळवाट काढण्यासाठी वापरावी आणि गैरकारभारांबद्दल चकार शब्द न काढता एखाद्या पगारी एजंटसारखं काम करावं, अशा वृत्तीने वागतात. वारंवार बदल्या हे अधिकाऱ्याला नमविण्याचं हुकमी हत्यार असतं. अधिकारीही भ्रष्ट असेल, तर दोघांच्या संगनमताने जनतेची लूट होते. तसेच दुसऱ्या पिढीतले नेते, ज्यांना वडिलार्जित सत्ता मिळालेली असते आणि ज्यांनी जमिनीवर राहून कधी संघर्ष केलेला नसतो, त्यांनाही प्रशासक हे स्वत:चे खाजगी नोकर वाटतात. त्यामुळे अशा दुसऱ्या पिढीतल्या 'युवराज' असलेल्या राजकीय नेतृत्वासोबत काम करणं अधिक अवघड जातं. अशा रीतीने अधिकारी त्यांच्या एकूण व्यावसायिक प्रवासात अशा अनेक लोकप्रतिनिधींबरोबर काम करतात. प्रत्येकजण कोणत्या ना कोणत्या स्वरूपात आपली छाप सोडून जातं. त्यांच्याबरोबरचे बरेवाईट अनुभव हादेखील अधिकाऱ्याच्या जडणघडणीचा महत्त्वाचा भाग ठरतो.

उत्तम व्यावसायिक प्रशिक्षण, नियम आणि कायदे, वरिष्ठ अधिकारी, हाताखालचे कर्मचारी, सामान्य जनता आणि राजकीय नेते असे सर्व घटक अशा प्रकारे अधिकाऱ्याला घडवतात. प्रशिक्षणानंतरचा सर्व कालावधी हा या सर्व घटकांबरोबर कधी प्रेमाने हात मिळवून, कधी अधिकाराचा वापर करून, कधी संघर्ष करून, कधी ज्ञानाची आणि कौशल्यांची देवाणघेवाण करून असा वळणं घेत जातो. आनंदाचे, अभिमानाचे, आत्मपरीक्षणाचे, लढ्याचे, पराभवाचे, वैतागाचे, नैराश्याचे असे असंख्य क्षण या प्रवासात अनुभवायला मिळतात. असे अनेक अनुभव, असे अनेक लढे, विसरणं शक्य नाही असे अनेक चांगले-वाईट प्रसंग अशा सर्व गोष्टी अधिकाऱ्याच्या मनाच्या तळाशी

साचलेल्या असतात. त्याचा आणि त्याच्या कुटुंबाचा, व्यावसायिक आयुष्याशी एकरूप झालेला असा वैयक्तिक आयुष्याचा प्रवास आणि लढा अशा अनेक पातळ्यांवर चालू रहातो. तो सगळ्यांसमोर येतोच असं नाही, यावाच किंवा आलाच पाहिजे असंही नाही. कारण शेवटी तुम्ही जे काही करता आहात, जे काही काम करता आहात, ते सर्व काही तुम्हाला पटतं म्हणून करता आहात. कोणी सांगितलंय म्हणून नव्हे. त्यागमूर्ती म्हणून मिरवण्यासाठी नव्हे, नाव मिळवण्यासाठी नव्हे. या सर्व गोष्टी तुम्ही स्वतःच्या समाधानासाठी करता आहात, विवेक सांगतो म्हणून करता आहात - हेच खरं आहे. त्यामुळे देवपण मिळवण्याच्या या प्रवासात - देवपण सापडण्याच्या प्रवासात म्हणणं अधिक योग्य होईल - टाकीचे घाव सोसणं योग्य की अयोग्य, हा प्रश्नही उद्भवत नाही.

अर्थात या गोष्टीचा फार विचार न करणं बरं. आपलं काम आपण करत जावं. मार्ग आपोआप बनत आणि रुंदावत जाईल. निष्काम कर्मयोग शिकण्याचा यापेक्षा अधिक चांगला राजमार्ग कोणता असेल?

शुभमंगल 'सावधान' - अर्थात लग्नाची गोष्ट!

आपल्या समाजात लग्न ही एकूणच माणसाच्या आयुष्यातली अत्यंत महत्त्वाची घटना मानली जाते. लग्न करून माणूस कसा फसतो, बायकोच्या मुठीत कसा रहातो, त्याला एक बिचारेपण कसं प्राप्त होतं - याबद्दल हजारो किस्सेकहाण्या प्रचलित असल्या, तरी माणसं लग्न करतातच. असो.

तर मुळातच लग्न ही एक महत्त्वाची घटना, त्यात 'जावई' ही एक खास स्थान असलेली जमात आणि असा जावई जर सरकारी अधिकारी आणि त्यातही आयएएस/आयपीएस असेल; तर मग स्वर्ग अगदी दोन बोटंच (किंवा त्याहीपेक्षा कमीच) उरतो. मुलगा एकदा का आयएएस/आयपीएस झाला की, मग लग्नाच्या बाजारात त्याचा भाव भयंकर वधारतो. तो आणि त्याचे आईबाप मागतील, ती कुठलीही गोष्ट पूर्ण करायला वधुपिते आणि त्यांचे नातेवाईक उत्सुक असतात. असं स्थळ मिळणं म्हणजे सामाजिक उतरंडीत त्यांचं स्थान वर जाण्याची शिडी असते. जावई ही सर्वत्र मिरवण्याची गोष्ट होऊन बसते. मुलगा आणि त्याचे आईबापही अचानक वाढलेल्या या प्रचंड महत्त्वामुळे गांगरून जातात. काय करावं आणि या अचानक वाढलेल्या महत्त्वाला तोंड कसं द्यावं, हे कळेनासं होतं. वधुपित्यांकडून प्रत्यक्ष अप्रत्यक्ष आलेल्या प्रस्तावांमुळे मोहाचे क्षणही खुणावू लागतात आणि हीच वेळ अत्यंत महत्त्वाची असते. कशी म्हणाल? तर मी खात्रीनं हे म्हणेन की, अधिकाऱ्यांची कारकीर्द ही वरवर पाहता क्षुल्लक वाटणाऱ्या ज्या कारणावर आत्यंतिक अवलंबून असते ते म्हणजे लग्न! हा विचार कदाचित हास्यास्पद वाटू शकेल, पण तो खरा आहे. हे अनुभवाचे बोल आहेत.

संघ लोकसेवा आयोगाच्या परीक्षेची अंतिम यादी प्रकाशित झाली की, साधारणत: या प्रक्रियेची सुरुवात होते. श्रीमंत वधुपिते समविचारी नातेवाइकांसोबत त्या यादीचा सखोल अभ्यास करतात. उमेदवाराला मिळालेली सेवा, त्याला

मिळालेलं केडर, जातपात इत्यादीची कुंडली मांडून अपेक्षित 'सावज' हेरून ठेवलं जातं. जुन्या काळात नवनियुक्त उमेदवारांचं मसुरी अगर हैद्राबादमध्ये प्रशिक्षण सुरू झालं की, वधुपिते हातात पैशाने भरलेल्या बॅगा घेऊन आधी अकादमीत आणि तिथून उमेदवारांची चाचपणी करून आणि त्यांचे पत्ते मिळवून त्यांच्या घरी चकरा मारू लागत. जुन्या जमान्यातल्या निवृत्त अधिकाऱ्यांना विचारलं, तर त्यांच्याकडे अशा किश्श्यांचा मुळीच तुटवडा नसतो. आता विकसित तंत्रज्ञानाने या गोष्टी बऱ्याच सोप्या केल्या आहेत एवढंच आणि बदलत्या सामाजिक परिथितीनुसार यात निश्चितच फरक पडलेला आहे. परंतु या मानसिकतेत मात्र गेल्या ५०-६० वर्षांत फारसा फरक पडलेला नाही. अशा लोकांची जावयाला गाडी, बंगल्यापासून विदेशप्रवासापर्यंत सर्व काही द्यायची पूर्ण तयारी असते. 'आमचा जावई आयएएस/आयपीएस आहे' या विधानामागे कौतुक आणि सामाजिक प्रतिष्ठा तर असतेच, पण त्यामागचे अनेक पदर हळुहळू उलगडत जातात. अशावेळी लग्नाळू उमेदवार आणि त्याच्या कुटुंबाने डोकं शाबूत ठेवणं आवश्यक असतं. आपल्याला जोडीदार हवा आहे की सोन्याची अंडी देणारी कोंबडी - याचा निश्चित निर्णय करता येणं जरुरी असतं, नाहीतर पुढच्या बऱ्याच गोष्टींवर कोणतंही नियंत्रण ठेवता येत नाही.

संपत्ती आणि सुखसुविधांचा भडिमार करून जावयांची पद्धतशीर खरेदीविक्री होते. सर्वात जास्त 'बोली'लावणारी पार्टी यशस्वी होते. उमेदवार आणि त्याच्या घरच्यांना कधी संपत्तीच्या झगमगाटाचा मोह पडतो, तर कधी सासरच्या राजकीय पार्श्वभूमीचा! मुलगी जर राजकीय नेत्याची किंवा त्याच्या कुटुंबातली असेल, तर पैशांसोबतच हवी ती पोस्टिंग्स आणि काही गडबड किंवा चुकीची कामं केल्यास 'राजकीय अभयदानाची' शाश्वती असते. या शाश्वतीची किंमतही चुकवावी लागतेच. स्वत:ला मिळालेले प्रशासकीय अधिकार आणि पदाचं वजन वापरून त्यांचीही कामं करून द्यावी लागतात. तसंच या राजकीय सत्तेचं अस्त्र दुधारी असतं. त्याचा वापर करून काही काळ चांगली पोस्टिंग्स, सुखसुविधा मिळाल्या; तरी जर तो राजकीय गॉडफादर निवडणूक हरला किंवा सत्तेतून बाहेर फेकला गेला, तर त्याची कुऱ्हाड अधिकाऱ्यांवर कोसळतेच. बिनमहत्त्वाची पोस्टिंग्स, तक्रारी आणि विभागीय चौकश्या असा दुहेरी ससेमिरा सुरू होतो. एकदा चांगल्या महत्त्वाच्या आणि 'मलाईदार' पोस्टिंग्स घ्यायची सवय लागलेली असली की, हा 'वनवास' अधिकाऱ्यांना सहन होत नाही आणि मग ओघानेच तशी पदं पुन्हा मिळवण्यासाठी अंतहीन तडजोडींची मालिका सुरू होते.

पैशांसाठी आणि राजकीय लाग्याबांध्यांसाठी 'विकले गेलेले' असे कितीतरी जावई आमच्या परिचयाचे आहेत. यातील बहुतांश लग्नं अगदी तुटली नसली, तरी विचित्र तडजोडी करून चालू आहेत. लग्न ठरवताना जेव्हा मुलगा आणि मुलगी साधारणत: समान आर्थिक सामाजिक स्तरातून आलेले असतात, तेव्हा फारसा प्रश्न उद्‌भवत नाही; पण त्यात जर प्रचंड तफावत असेल, तर घरात येणारी मुलगी बऱ्याचदा तिथे सामावली जात नाही. प्रसंगी संपत्तीबरोबर ती अहंकार आणि ताठाही घेऊन येते. तिचं राहणीमान नवऱ्याच्या तुटपुंज्या पगारात चालणं शक्यच नसतं. मग 'मी तुझ्यावर अवलंबून नाहीच आहे, मी माहेरून गाडी, पैसा, नोकर इत्यादी आणू शकते; त्यामुळे पत्नी म्हणून मी कसं रहावं, माझी जबाबदारी काय आहे, हे तू मला शिकवायचं किंवा सांगायचं कारणच नाही!' असा सरळसोट मामला होतो.

लग्न हे मुळात मुलाशी झालेलंच नसून लाल बत्तीशीच झालेलं असतं आणि ही मानसिकता आयुष्यभर तशीच रहाते. बऱ्याचदा अशा मुलींमुळे आणि तिच्या घरच्यांच्या दबावामुळे अधिकारीही हळुहळू भ्रष्ट बनत जातात.आमच्यावेळी म्हणजे साधारणत: २०-२५ वर्षांपूर्वी उच्च राहणीमान राखण्याइतका पगार सुरुवातीच्या काळात तरी नक्कीच नसे. आता स्थितीत फरक पडला असला; तरीही असं नक्की म्हणावं लागतं की, बायकोच्या माहेरच्या पैशांवर चालणारं उच्च राहणीमान नवऱ्याची आणि त्याच्यामधल्या अधिकाऱ्याची घुसमट करतं. असे अधिकारी स्वत:चं व्यक्तिमत्त्व, तडफ, कार्यक्षमता हरवून बसतात किंवा कौटुंबिक स्वास्थ्य तरी गमावून बसतात. कधीकधी दोन्हीही गमावून बसतात आणि सर्वत्र चर्चेचा - चेष्टेचा विषय होऊन बसतात. अशा गोष्टींचा कामावर परिणाम होतो, आरोग्याकडे दुर्लक्ष होतं आणि प्रसंगी व्यसनंही जवळ येतात. हरवलेलं व्यक्तिमत्त्व, हरवलेलं मनस्वास्थ्य आणि त्याचवेळी कामाचा ताण व सत्ता-अधिकाराची नशा यांच्या कात्रीत सापडलेला तो माणूस भरकटत जातो. दुर्दैवाने यातलेच काही अगदी जवळचे सहकारी, मित्र असतात; परंतु सर्व काही दिसत असूनही एका मर्यादेबाहेर आपण काहीही करू शकत नाही. लोकांची मानसिकता बदलणं किती अवघड असतं, हे जास्तच तीव्रतेने जाणवतं.

बऱ्याचदा अशा सौदेबाजी करून झालेल्या लग्नात बायको आणि तिच्या माहेरची मंडळी अधिकाऱ्याला 'नोकरी कशी करायची' ते शिकवतात. तो त्यांच्या हिशोबाने शिकला, तर ठीकच; अन्यथा कुठेतरी एके ठिकाणी त्याला प्रचंड तडजोड करावी लागते. ही तडजोड घटस्फोट, भ्रष्टाचार, स्वत:चा विवेक आणि लाज सोडणं आणि सात पिढ्यांना पुरेल एवढी माया गोळा

करणं अशी काहीही असू शकते. अशीही काही उदाहरणं पाहिली, ज्यात बऱ्याचदा या बायका नवऱ्याच्या वतीने डिलिंग्सही करत असत किंवा स्वत:च्या नातेवाईकांच्या माध्यमातून करवत असत. अधिकाऱ्याच्या हाताखालच्या लोकांकडून हप्तावसुली करत असत. आम्ही लहान असताना आमच्या जिल्ह्यात अशा एका उच्च अधिकाऱ्याच्या पत्नी दरमहा सत्यनारायण करीत असत आणि हाताखालच्या अधिकाऱ्यांनी तीर्थप्रसादाला येऊन सत्यनारायणासमोर त्यांचा आखून दिलेला वाटा ठेवून जायचा असे. ही गोष्ट त्या नकळत्या वयात एक किस्सा म्हणून ऐकली होती. पुढील आयुष्यात असे अनेकांना पावणारे अनेक सत्यनारायण बघायला मिळाले. याशिवाय संपत्ती कमावण्याखेरीज इतरही काही पूरक व्यवसाय केले जात. जवळच्या नातेवाइकांचे हितसंबंध जपण्यासाठी त्यांच्या 'विविध' वाटांमधले 'काटे' दूर करवण्यासाठी खोट्या पोलीस केसेस, भूखंडांची बेकायदेशीर खरेदीविक्री आणि पैशांचे गैरव्यवहार करवले जात.

असं काही ऐकलं की, पूर्वी भयंकर आश्चर्य वगैरे वाटत असे, धक्के बसायचे अगदी. आता विशेष काही वाटत नाही. अशा गोष्टी दुर्दैवाने सार्वत्रिक झाल्या आहेत आणि त्या वारंवार ऐकून -वाचून-बघून त्याबद्दल काही वाटेनासं झालं आहे. समाजाच्या ढासळलेल्या नैतिकतेची ही दुर्दैवी कहाणी आहे. आमच्या दोघांतही पूर्वी अशा गोष्टींबद्दल चिडचिड आणि वैताग व्हायचा. आता मात्र आम्ही एकमेकांना 'बघा इतरांच्या बायका कशा डिलिंग करतात, नाहीतर तू!' किंवा 'बघा , इतर नवरे कसे नीट नोकरी करतात, नाहीतर तू!' असं म्हणून टोमणे मारत हसतो. हे हसणं स्वत:लाच पटत नाही, पण एका मर्यादेपलीकडे आपण काही करू शकत नाही, हेही कळत असतंच.

फार थोड्या प्रमाणात पण निश्चितपणे दिसू लागलेला आणखी एक प्रवाह म्हणजे अधिकाऱ्यांच्या बायकांनी राजकीय क्षेत्रात आपलं नशीब आजमावणं. असे काही आमचे परिचित अधिकारी आहेत, ज्यांच्या बायका आमदार, जिल्हा बोर्डाच्या चेअरमन, पक्षाच्या महिला शाखेच्या प्रमुख वगैरे आहेत. नागरी सेवा आचारसंहिते (civil service code of conduct)च्या हे विरोधात आहे. म्हणजे बायकांनी या क्षेत्रात जाऊ नये, असं अजिबात नाही; पण सनदी अधिकाऱ्याच्या कुटुंबीयांनी काही बंधनं पाळावीत हे चांगलं. अशा राजकीय पदांचा तात्कालिक फायदा होत असेलही किंवा तो घेतला जात नसेलही; पण त्यामुळे अधिकाऱ्याच्या निष्पक्षतेवर प्रश्नचिन्ह उठतं, हे नाकारता येत नाही. असो.

आमच्या एका बॅचमेटच्या लग्नाचा किस्सा असा की, त्याच्या आडत्याचा

धंदा असलेल्या काकांनी एके ठिकाणी खास कार्यालय उघडून तिथे वधुपित्यांचे अर्ज स्वीकारले. अनेक महिने अर्जांची छानबीन आणि सर्व वाटाघाटी ऊर्फ मोलभाव झाल्यानंतर मग वधूची निवड झाली. अशाच एका दुसऱ्या बॅचमेटच्या लग्नात मुलाकडच्यांच्या मागणीनुसार वधुपक्षाकडून जावयाला ५-६ हत्तींद्वारा मानवंदना देण्यात आली. पंजाबमध्ये एवढे हत्ती कसे आणि कुठून आणवले असतील, असे प्रश्न अर्थात 'आमच्यासारख्यांनाच' पडले. असं काही ऐकलं - पाहिलं की, आश्चर्याने बोटं तोंडात जायची एकेकाळी; पण काही काळापूर्वी महाराष्ट्रातला एक अनुभव घेतल्यावर आपण न्या. रानडे, महर्षी कर्वे आणि फुले-आंबेडकरांचा वारसा मिरवणारे मराठी जन खरंच आहोत का - असा प्रश्न पडला. आयएएस झालेल्या एका मराठी उमेदवाराने आणि त्याच्या कुटुंबीयांनी तीन आठवड्यांत सुमारे ६० मुली बघितल्या. त्यातली कुठलीच मुलगी त्यांच्या 'कल्पनेत' बसणारी नसल्याने शोध अजूनही चालू आहे, असं कळलं. शिवाय नापसंत मुलींच्या घरी एका शब्दानेही न कळवता जवळपास वर्षभर सर्वांना झुलवत ठेवण्यात आलं. एवढी गुर्मी कुठून आणि कशी येते? कळत नाही. अखेर खरेदी करण्याची सर्वाधिक क्षमता असलेल्या एका धनदांडग्याची मुलगी त्याच्या कल्पनेत बसली आणि त्याचं लग्न एकदाचं झालं. अशा प्रकारच्या लग्नांबाबत एक मजेदार प्रतिवाद असाही असतो की, एकदाच सासऱ्याकडून काय ती वसुली करून घ्या, म्हणजे नंतर 'प्रामाणिकपणे' नोकरी करायला मोकळे! जेवढी माणसं, तेवढी मतं, हेही खरंच!

लग्न ही एक अत्यंत वैयक्तिक बाब असून बाकीच्या कोणीही त्यावर टीकाटिप्पणी करणं योग्य नव्हे, हे मान्य करूनही असं वाटतं की, तुमच्या अधिकारी जीवनाची सुरुवातच जिथे पैशांवर डोळा ठेवून होते, तिथे तुम्ही तळागाळातल्या लोकांसाठी कुठलाही मोह न बाळगता कसं काम करणार? असंही वाटतं की, सामाजिक भान नसलेली बायको नवऱ्याच्या नि:स्पृहतेची, कर्तबगारीची, त्याच्या समस्यांची जाणीव ठेवेलच असं नाही. समविचारांचा साथीदार, काम-पद-जबाबदारी यांची तितकीच प्रखर जाणीव असलेला जोडीदार मिळणं खूप महत्त्वाचं असतं. योग्य जोडीदार मिळणं आणि समोर येणाऱ्या परिस्थितीनुसार दोघांनीही स्वत:ला त्या अनुरूप घडवणं हे अधिकाऱ्याच्या वैयक्तिक आणि सामाजिक -व्यावसायिक जीवनात खूप आवश्यक असतं. माणसाचं मानसिक स्वास्थ्य नीट राखण्यात कौटुंबिक सुखाचं, महत्त्वाचं योगदान असतं. त्यामुळे पतिपत्नींनी एकमेकांशी जुळवून घेतानाच व्यावसायिक बाजूच्या समस्या आणि ताणतणाव यांच्यासकट आणि तऱ्हेतऱ्हेच्या बंधनांसकट कसं

चालत रहायचं हे आवर्जून शिकावं लागतं. वैयक्तिक आवडीनिवडी, आवडतं काम प्रसंगी सोडावं लागतं. एका मर्यादेपलीकडे खाजगी आयुष्य उरतच नाही. पण ते अंगवळणी पाडून घ्यावं लागतं. ही प्रक्रिया फार सुरळीत असते असं नाही. खटके उडतात, चकमकी झडतात; पण अंतिमतः हेही तेवढंच खरं की, इतर कुठल्याही गोष्टींत मतभेद असले तरी चालतील; पण जी मूल्यं घेऊन आयुष्यात वाटचाल करायची आहे, ती वेगवेगळी असता कामा नयेत.

आमच्या बाबतीतही हे घडलंच. याखेरीज आमच्या सहजीवनातल्या चढउतारांमध्ये परिणामकारक असा एक बाह्य घटकही होता- तो म्हणजे वारंवार होणाऱ्या बदल्या, ज्यावर आमचं काहीच नियंत्रण नव्हतं. चांगलं काही घडवू पाहणाऱ्या अधिकाऱ्याला वारंवार पांगळं करणारं हुकमाचं पान म्हणजे बदल्या! त्यामुळे उभी केलेली चांगली कामं, प्रशासकीय सुधारणा, भविष्यकालीन योजना, घर उभारण्यासाठी, मुलांसाठी केलेली मेहनत एका फटक्यात अधांतरी निरुपयोगी होऊन जाई. यासोबतच कनिष्ठ अधिकाऱ्यांना आधी दिली जाणारी पदोन्नती, नेमणुकांच्या बाबतीत स्पष्टपणे दिसून येणारा दुजाभाव अशा गोष्टींमुळे वाईट वाटे. आपल्याच बाबतीत असं का - असंही वाटून जाई. (वास्तविक असं का घडतंय, हे चांगलंच माहीत होतं; पण स्वतःचे विचार बदलणंही शक्य नव्हतं.) अशा वेळी दोघांनीही घट्टपणे एकाच वाटेवर चालत रहाणं एवढंच हातात होतं. या काळात तऱ्हेतऱ्हेचे मनस्ताप मनात बाळगत अत्यंत कंटाळवाणे, अर्थहीन दिवस आम्ही वेगवेगळ्या ठिकाणी विश्रामगृहांत बसून काढले. त्या काळात सगळंच जगणं अर्धवट, उठवळ होऊन गेलं होतं. अशावेळी स्वतःची चीड यायची, सगळ्या जगाचा राग यायचा. आज मागे वळून बघताना ते क्षण आता एवढे बोचत नाहीत आणि असंही जाणवतं की, हे घट्टपणे एकाच वाटेवर चालत राहणं केवळ संसारातच नव्हे तर व्यावसायिक आयुष्यातही खूप यश देऊन गेलं.

खूप अनुभव मिळाला, खूप नाव झालं, खूप नवे परिसर, नवी क्षेत्रं पादाक्रांत करता आली, खूप संधी मिळाल्या, खूप मोठी माणसं पहायला भेटायला मिळाली; पण त्या त्या वेळी तो काळ धीराने काढणं खूप कठीण होतं हेही खरंच. मध्यंतरी एक मजेदार किस्सा वाचण्यात आला : जर कोलंबस विवाहित असता; तर त्याच्या बायकोने 'किती वाजता परत येणार? जाणं गरजेचं आहे का? तूच गेलं पाहिजेस का? इतरांना मेलं काम करायला नको!' इत्यादी प्रश्नांचा भडिमार करून अमेरिकेचा शोध आजतागायत लागू दिला नसता! यातला विनोद थोडा बाजूला ठेवला, तर असं म्हणता येईल की,

सफरीवर जाणारा एकटा कोलंबसच दिसत असला; तरी त्याची आणि त्याच्या बायकोची दिशा एकच असली पाहिजे. अन्यथा अमेरिकाही सापडत नाही आणि संसाराचं जहाजही भरकटून खडकावर आदळतं!

असो. शेवटी थोडी गंमत! आमच्या एका कनिष्ठ अधिकाऱ्याचं लग्न ठरलं होतं. चाळणीतून निवडलेल्या 'अंतिम' २-३ मुलींत एकजण स्थानिक बड्या डॉक्टरांची मुलगी होती. आम्हाला ते डॉक्टर कुटुंब थोडंफार माहीत होतं. त्यामुळे हा कनिष्ठ अधिकारी ते लोक कसे आहेत, याची चौकशी करायला आमच्याकडे आला. इकडच्या तिकडच्या थोड्या गप्पा झाल्यावर त्याने शेवटी वधूची निवड आपले वडील, काका आणि मोठे भाऊच करतील - असंही सांगितलं. 'मुलगी काय शिकलीय? काही नोकरी किंवा इतर काम वगैरे करते का?' असं आम्ही विचारल्यावर त्याने तिचा बायोडाटा आमच्या हातात ठेवला. तो साधारणत: असा होता.

मुलीचे नाव ....   फोटो

शिक्षण ....

वडिलांचे नाव व व्यवसाय

....

मोठ्या बहिणीचे पती श्री. .... भारतीय पोलीस सेवा (आयपीएस, बंगाल केडर)

मावशीचे पती श्री. .... भारतीय प्रशासन सेवा (आयएएस, उत्तर प्रदेश केडर)

चुलतभाऊ श्री. .... भारतीय महसूल सेवा (आयआरएस, सध्या मुंबई)

मावसभाऊ श्री. .... भारतीय वन सेवा (आयएफएस, पंजाब केडर)

आत्याचे पती श्री. .... भारतीय रेल्वे वाहतूक सेवा (आयआरटीएस, सध्या चेन्नई)

मुलीचे चुलत काका श्री. .... (बोस्टनमध्ये स्थायिक डॉक्टर)

मुलीची दुसरी आत्या व तिचे पती (व्यावसायिक व्हँकूवर, कॅनडा)

आत्तेबहीण व कुटुंबीय (सिडनीत व्यावसायिक)

चुलतबहिणीचे पती श्री. .... (एका राष्ट्रीय राजकीय पक्षाचे जिल्हाध्यक्ष)

अशी माहिती साधारणत: दोन पानं भरून होती. शेवटच्या पानावर मुलाकडचे लोक म्हणतील तसं, म्हणतील तिथे लग्न करून देण्याची तयारी दर्शवण्यात आली होती. (अशी तयारी म्हणजे संपूर्ण वऱ्हाड विमानाने मॉरिशस, सिंगापूर अशा कुठल्याही ठिकाणी नेऊन तिथे लग्न लावणं, लग्नात भारतातल्या सर्व प्रांतातले अधिक चिनी, थाई, लेबनीज वगैरे सर्व प्रकारचे खाद्यपदार्थ, अधिक हनिमूनसाठी परदेशी ट्रीप अशा अनेक गोष्टींचा अंतर्भाव.) भारतीय विवाहसंस्थेला आम्ही नम्रपणे हात जोडले. तोपर्यंत उच्च अधिकारी असलेल्या बऱ्याच जणांची लग्नं अशी ठरवली जातात, हे साधारणत: आम्हाला माहीत झाल्याने भयंकर धक्का वगैरे बसला नाही. मुलगी पदवीधर होती, स्वभावानेही ठीकच असावी; पण त्याहीपेक्षा तिच्या 'विस्तृत बायोडाटा'नेच सर्व काम फत्ते केलं होतं. यथावकाश लग्न झालं. आजही जेव्हा जेव्हा आमची भेट होते, तेव्हा हा इतिहास आठवून हसू आल्याशिवाय रहात नाही. लग्नानंतर जावयाला पुढची बरीच पोस्टिंग्ज् हव्या त्या ठिकाणी मिळाली हे सांगायला नकोच.

आणखी एक गोष्ट-सुपरिटेंडिंग इंजिनियर म्हणून निवृत्त झालेल्या आणि साहेबाच्या परिचित अशा एका सद्गृहस्थांनी एकदा त्यांच्या पत्नी आणि मुलीसह आमची भेट घेतली. मुलीचं लग्न त्यांनी सर्व प्रकारचा थाटमाट करून एका निम्न मध्यमवर्गीय स्तरातून अधिकारी झालेल्या मुलाशी करून दिलं होतं. लग्नानंतर दोनतीन महिन्यांतच कुरबुरी सुरू झाल्या होत्या आणि मुलगी परत आलेली होती. आम्ही त्या जावयाला समजावून सांगावं, अशी त्यांची अपेक्षा होती. मुलगी आणि तिची आई खरंच दु:खात आहेत का, अशी शंका यावी इतक्या त्या अपटूडेट सजलेल्या!! कुरबुरींचं कारण विचारल्यावर 'मुलीला घरी काम करावं लागतं. शिवाय भांडी घासणारी बाई २-३ दिवस न आल्याने तिला

भांडीसुद्धा घासावी लागली.' इ. इ. दरम्यानच्या काळात मी चहा घेऊन बाहेर आले. (अतिरिक्त जिल्हाधिकाऱ्याची बायको स्वत: चहा करते म्हणजे काय? तोबा तोबा!!) नव्या लग्नात सगळंच आपल्या मर्जीनुसार होत नाही, सासरच्या दृष्टीनेही थोडं चालावं लागतं - वगैरे सहानुभूतिपूर्ण वाक्यं आम्ही उच्चारली. त्याचा फारसा परिणाम झालाय, असं वाटलं नाही. कारण 'त्या जावयाला मी दम भरतो' असे शब्द त्यांना साहेबाकडून अपेक्षित असावेत. शेवटी साहेबाने माझ्याकडे बोट दाखवून म्हटलं, "माझ्या बायकोकडेही ३-४ डिग्र्या आहेत. ती काही काळ सरकारी नोकरीतही होती; पण आमच्याकडे कधी नोकर नसला, तर ती भांडीसुद्धा घासते."

"पण आमच्या मुलीला आम्ही पाण्याचा पेलादेखील कधी उचलायला लावला नाही. शिवाय लग्नात ४-५ कोटी खर्चही केला. मग असं का?"

या प्रश्नाला आमच्याकडे उत्तर नव्हतं....

मॅडम कशा घडतात?

अखिल भारतीय सेवांमधल्या अधिकाऱ्याची बायको दोन वेळा सासरी जाते. एक लग्नानंतरच्या तिच्या नव्या घरी आणि दुसऱ्यांदा तिच्या नवऱ्याच्या केडर राज्यात.माझ्या नशिबात तर तीन वेळा हा योग होता. एकदा लग्नानंतर आणि मग दोन वेळा दोन नव्या केडर राज्यांमध्ये - आधी (तेव्हाचं) जम्मू-काश्मीर आणि मग पंजाब. बल्ले! बल्ले!

केंद्रीय लोकसेवा आयोगाने घेतलेल्या स्पर्धापरीक्षांमध्ये यशस्वी झालेले अखिल भारतीय सेवांमधले (आयएएस किंवा भारतीय प्रशासन सेवा, आयपीएस किंवा भारतीय पोलीस सेवा आणि आयएफएस किंवा भारतीय वन सेवा) उमेदवार अकादमींमधलं प्रशिक्षण पूर्ण करून त्यांच्या त्यांच्या केडर राज्यात प्रशिक्षणार्थी अधिकारी म्हणून रुजू होतात. हा त्यांचा प्रशिक्षण काळातलाच प्रत्यक्ष कामाचा अनुभव देणारा काळ मानला जातो.

नव्या राज्यात अधिकारी म्हणून रुजू झाल्यानंतर एकदम नव्याच वातावरणाला अधिकारी आणि त्याची बायको यांना तोंड द्यायचं असतं. नवं राज्य, नवा भवताल, नवी भाषा, वेगळी संस्कृती, नवे लोक अशी सगळीच नवी दुनिया असते. या सर्व गोष्टींबद्दल किमान जुजबी माहिती अधिकाऱ्याला ट्रेनिंग अकादमीतून बाहेर पडताना मिळालेली असते. त्याला मिळालेलं केडर राज्य कोणतं आहे, हे त्याच्या नेमणूकपत्रातच नमूद केलेलं असतं किंवा प्रशिक्षण काळादरम्यान ते समजतं. त्यानुसार प्रशिक्षणकाळादरम्यान त्याला त्या राज्यातील कामकाजाची भाषा शिकवली जाते. त्या राज्यातील राजकीय आणि प्रशासकीय कामकाजाबाबत संदर्भ उपलब्ध असतात. प्रशिक्षण अकादमीमध्ये त्या केडरचे वरिष्ठ अधिकारीही कधीकधी प्रतिनियुक्तीवर असतात किंवा अतिथि प्रशिक्षक म्हणून भेटू शकतात. त्यामुळे नव्या जागी पोहोचताना काहीतरी धूसर का होईना चित्र त्याच्या मनात असतं.

खरी पंचाईत बायकोची असते. दुसरं सासर तिच्यासाठी 'अज्ञाताचा प्रदेश' असतो.नवीन जागा, नवा संसार, नवी भाषा आणि जीवनशैली- साऱ्याच बाबतीत नवपरिणीता! कोणतंही औपचारिक प्रशिक्षण न घेता तिला एकदम परीक्षेला बसावं लागतं आणि नवं जग जाणून घेण्याच्या उत्साहासोबत तिला 'मॅडम'च्या भूमिकेत शिरावं लागतं. नव्या जगाशी ओळख करून घ्यायला नवरा हा एकमेव 'मित्र, तत्त्वज्ञ आणि वाटाड्या' असतो. औपचारिक प्रशिक्षणादरम्यान सार्वजनिक ठिकाणी सांभाळायच्या गोष्टी, प्रोटोकॉल्स् इ. तो शिकलेला असतो. तिच्यासाठी अशी काहीच व्यवस्था नसल्याने अनुभव घेत, धक्के खातच पुढे जावं लागतं. तिच्या मनाला पटो न पटो, तो म्हणेल ती पूर्व दिशा - असं धोरण काही काळ तरी मान्य करावं लागतं. नवऱ्यालाही बायकोसाठी असं प्रशिक्षण आवश्यक आहे आणि ते टप्प्याटप्प्याने कसं द्यावं याचा अनुभव नसल्याने त्याच्या मनात येईल तेव्हा आणि त्याच्या लहरीनुसार अशा गोष्टी सांगितल्या आणि शिकवल्या जातात.

बहुतेकवेळा हे शिक्षण/प्रशिक्षण फार मजेदार आणि अनपेक्षित पद्धतीने होतं. अगदी साधारणसं उदाहरण घेऊयात. जिल्हास्तरावरचा कुठलाही सरकारी कार्यक्रम (ज्यामध्ये बऱ्याचदा कुटुंबालाही आमंत्रण असतं) किंवा खाजगी स्वरूपाचा कार्यक्रम ज्यात प्रामुख्याने अधिकारी आणि कुटुंबीय आमंत्रित आहेत. कार्यक्रम संपल्यानंतर सर्व मंडळी जेव्हा हॉलच्या किंवा कार्यक्रम स्थानाच्या बाहेर येतात, तेव्हा जिल्ह्यातील पदाने सर्वात मोठा अधिकारी कार्यक्रमस्थळातून सगळ्यात पहिल्यांदा बाहेर पडतो. मग उतरत्या क्रमाने म्हणजे आधी कलेक्टर किंवा न्यायाधीश, मग जिल्हा पोलीसप्रमुख, अतिरिक्त जिल्हाधिकारी, प्रांताधिकारी इ. क्रमाने आपापल्या कुटुंबासमवेत सगळे जातात. अशावेळी 'मॅडम'नी दरवाजाच्या किंवा प्रवेशद्वाराच्या फार बाहेरही एकदम जाऊन उभं रहायचं नाही किंवा अगदी मागेही रेंगाळायचं नाही. क्रमाक्रमाने गाड्या येत जातात, त्यात आपली अँबॅसिडर किंवा जी कुठली असेल ती गाडी अचूक ओळखायची आणि सोबत उरलेल्या लोकांचा निरोप घेऊन चटकन ड्रायव्हरच्या मागच्या उजवीकडच्या सीटवर बसायचं. साडीचा पदर वगैरे दारात अडकू न देता! यात कुठलीही चूक झाली - म्हणजे आपण फार पुढे उभे राहिलो; तर ज्यांना आधी जायचंय, त्या लोकांची अडचण होते. सुरुवातीला नव्या जागी तर कोणाची बायको कोण किंवा कोणाचा नवरा कोण आणि कोणता माणूस कोणत्या पदावर आहे, हेही माहीत नसतं. फार मागे राहिलं; तर आपली गाडी येऊन उभी असते आणि आपण वेळेवर न पोहोचल्यानं मागे

गाड्यांची रांग लागून सर्वांचा खोळंबा होतो.शिवाय बहुतांशी सर्वच अँबॅसेडर्स असल्याने नुसतं बघून आपली गाडी ओळखू येत नाही. गर्दी बरीच असेल, तर गाड्यांचे क्रमांक बघणं अवघड जातं. बरं, ड्रायव्हर लक्षात ठेवावा, तर तो आत बसलेला असतो. रात्रीची वेळ असल्यास नीट दिसत नाही.सर्वांच्यादेखत त्याच्याकडे डोकावून बघणं बरं दिसत नाही. शिवाय आमच्यासाठी तरी सुरुवातीच्या काळात सर्व पगडीवाले सरदारजी सारखेच दिसत. हा गोंधळ टाळण्यासाठी दुसरीकडे उभ्या असलेल्या नवऱ्यावर एक डोळा ठेवायचा आणि तो कोणाच्या नंतर कुठल्या गाडीकडे चाललाय, याचा अंदाज घ्यायचा. ही सर्व गडबड पार पाडून एकदाचं आपल्या(च) गाडीत आपण शिरलो की हुश्श! नाहीतर एवढी साधी गोष्टसुद्धा नीट जमत नाही, असा कटाक्ष मूग गिळून झेलणं एवढंच हातात रहातं. अशा अडचणी नव्या माणसाला येऊ शकतात, हे नवऱ्यांच्याही डोक्यात बराच काळ येत नाही. त्यामुळे घरातून निघण्यापूर्वी संभाव्य अडचणी आणि त्यावरचे उपाय यावर बौद्धिक झालेलं नसतं. पण वेगवेगळ्या ठिकाणी आणि वेगवेगळ्या प्रसंगी अशाच झालेल्या गमतीजमती आणि गोंधळ पुढे मजेदार आठवणी बनून राहतात.

त्यानंतर पहिल्या पोस्टिंगच्या ठिकाणी रुजू झाल्यानंतर मॅडम आपल्या लग्नापूर्वीच्या आयुष्याप्रमाणे जगू पाहतात. म्हणजे किराणा-भाजीसाठी बाजार शोधणं, स्वत:ची कामं स्वत: करणं इ. मग आत्तापर्यंत अधिकारी आणि त्याच्या कुटुंबाने बाहेर कसं वावरावं, याचा 'अंदाज' आलेला नवरा मॅडमसाठी अचानक प्रशिक्षण सुरू करतो. 'असे कपडे घालू नको, कोणाशीही मोकळेपणानं बोलू नको, सुरक्षारक्षकाला किंवा मदतनीसाला बरोबर घेतल्याशिवाय स्वत: थेट बाजारात जाऊ नकोस, अमुक गोष्ट शोभत नाही, तमुक गोष्ट वाईट दिसते, एवढ्या साध्या गोष्टी तुला कशा समजत नाहीत?' अशा एक ना अनेक सूचनांचा भडिमार सुरू होतो. आपला नवरा असा का वागतो आहे? कालपर्यंत तर बरा होता. आता एकदम सारखा सारखा रागावतो का आहे? असं वाटून रडायला येतं अगदी. लग्नानंतरचा रोमँटिक काळ संपण्यापूर्वीच विमान एकदम जमिनीवर येऊन आदळतं. आपण मध्ययुगात राहतोय का? मी आता बुरखाच घालायचा बाकी राहिलाय फक्त. कोणाशीही न बोलायला मी काही अशिक्षित किंवा घराबाहेरचं जग पाहिलेली नाहीये असं नाही. असंच वागायचं होतं, तर लग्नच का केलंस माझ्याशी? अशा विचारांचं मनात थैमान माजतं. खूप एकाकीपण येतं.

दुसऱ्या बाजूला त्याचवेळी 'नवरा एक अधिकारी म्हणून स्वत:ला प्रस्थापित

करतो आहे, त्याच्या अडचणी आपल्यापेक्षा जास्त आहेत. त्याची प्रत्येक गोष्ट पब्लिक स्कॅनरखाली आहे, त्यामुळे त्याला भावनिक आधार देणं गरजेचं आहे,' हेही कळत असतं. जसं मॅडमना अशा साच्यात स्वत:ला बसवणं अवघड जातं, तेवढंच ते साहेबालाही जात असतं. त्याचं काम करणं, लोकांशी असलेला त्याचा व्यवहार, फाईल्सवरचे त्याचे कामकाजविषयक शेरे, वरिष्ठांची त्याच्यावर असलेली नजर, हाताखालच्या कर्मचाऱ्यांवर आवश्यक असलेलं नियंत्रण मिळवण्यासाठी करावी लागणारी धडपड आणि शिवाय हे सगळं कायम सगळ्यांच्या नजरेत राहून करावं लागणं फारसं सोपं नसतं. शिवाय सर्वांच्या नजरेत असणाऱ्या तुमच्या आयएएस सेवेबद्दल आणि त्याच्या एकूण ग्लॅमरच्या चौकटीमुळे हे सगळं अधिकच काटेकोरपणे करावं लागतं. सर्वांच्या नजरेत तुम्ही एक मोठे अधिकारी असता; पण तुम्हाला तुमच्या सेवेमधली तुमची नव्याने पडणारी अडखळती पावलं माहीत असतात, जाणवत असतात. शिकण्याची धडपड कायम राखणं, चुका टाळणं आणि स्वत:चा रुबाब किंचित का होईना राखणं जरुरी असतं. ही सगळी अवस्था लक्षात घेता नवऱ्याशी कुठल्याही प्रकारची भांडणं करण्यात फारसा अर्थ उरलेला नसतो. त्यामुळे वाद न घालता स्वत:शी धुमसणं किंवा रडून मोकळं होणं बरं असतं. बरं, या गोष्टी आईवडील किंवा सासूसासरे यांच्याशी बोलणंही बरं दिसत नाही. त्यांनाही अशा प्रशिक्षण प्रकारचा कोणताच अनुभव नसतो. शिवाय आपली मुलं परक्या प्रांतात कशी रहात असतील, या कल्पनेनं ते आधीच चिंतेत असतात. एकूणात शब्देविण संवादु करुन अशा गोष्टींची सवय करून घ्यावी हे बरं.

स्वत:चं राज्यच केडर राज्य म्हणून मिळालं असल्यास बरेचसे प्रश्न आपोआप सुटतात, पण दुसरं राज्य केडर म्हणून मिळालं असल्यास सर्वप्रथम येते ती भाषेची अडचण. अधिकाऱ्यांना त्यांच्या केडर राज्यात बोलल्या जाणाऱ्या भाषेचं प्राथमिक शिक्षण हे प्रशिक्षण काळातच दिलं जातं. उदा. गुजरात केडर मिळालेल्याला गुजराती, तमिळनाडू मिळालेल्याला तमिळ भाषेचं किमान शिक्षण दिलं गेलेलं असतं. खरी पंचाईत मॅडमची होते. स्वत:हून प्रयत्न केला, तरी सुरुवातीच्या काळात बाहेरच्या लोकांशी संपर्कच इतका कमी असतो की, एकवेळ नवी भाषा प्राथमिक शाळेची पुस्तकं वापरून लिहिता-वाचता येते; पण बोललेलं समजायला आणि स्वत: बऱ्यापैकी संभाषण करता यायला किमान २-३ वर्षांचा काळ जावा लागतो.

आमच्या अगदी सुरुवातीच्या काळात म्हणजे प्रशिक्षणार्थी सहाय्यक जिल्हाधिकारी म्हणून नेमणूक झालेली असताना, नवरा एकदा सकाळी गेला

की, मला दिवसभर रेस्टहाऊसचा चौकीदार आणि त्याचं कुटुंब सोडून कोणीच दिसत नसे. कंटाळा आला की, चौकीदार पत्नी आणि मॅडम आंब्याच्या झाडाखाली बाजेवर 'गप्पा' मारत बसत. तिला फक्त पंजाबी आणि तेसुद्धा अगदी ग्रामीण बाज असलेलं यायचं आणि मला पंजाबीचा गंधही नव्हता! पण एकटेपणा घालवायला आणि माणसात राहण्याच्या दृष्टीने मला ती भेट मोलाची वाटे. भाषेचा हा प्रश्न हरघडी उभा राही. तूरडाळीला काय म्हणतात? 'माह की दाल' म्हणजे नक्की कोणती? घिया - लौकी-टिंडा -सोय म्हणजे काय? सीताफल म्हणजे दुधीभोपळा, लालभोपळा, सीताफळ की आणखी तिसरंच काहीतरी? हे हास्यास्पद प्रश्न त्यावेळी फार महत्त्वाचे वाटायचे. शिवाय पंजाबात 'भ' चा उच्चार 'प' सारखा (भावना-पावना) आणि 'ध' चा 'त' सारखा (धड-तड) करत असल्याने आपण बोलत किंवा ऐकत असलेल्या प्रत्येक 'ध'चा 'मा' होतोय की काय असं वाटे. त्याच अगदी सुरुवातीच्या दिवसांत सरकारी विश्रामगृहात रहात असताना 'तोबी' आलाय - असा निरोप आल्यावर मी बुचकळ्यात पडले. तिथल्या चौकीदाराने त्याच्या परीने सुमारे पाच-सात मिनिटं समजावून सांगण्याचा प्रयत्न अर्थात पंजाबीत करून पाहिल्यावर अखेर एक जुनी इस्त्री हवेत फिरवून दाखवली. मग मला धोबी आलेला असून धुण्याचे वा इस्त्री करण्याचे काही कपडे असले तर द्यावेत हे कळलं आणि धोब्याचं गाढव बरं आपल्यापेक्षा, असं वाटलं.

पुढे हळूहळू लोक आम्हाला ओळखू लागले, चहापाण्याला बोलवू लागले. हे लोक म्हणजे पुन्हा फक्त सरकारी अधिकारीच, इतरांत मिसळायचं नाहीच. मग मॅडमना बाह्य जगाची ओळख सुरू झाली. तिथेही यजमानांना इंग्लिश किंवा हिंदी येत नसलं तर पंचाईत. त्यामुळे एकदा नमस्ते वगैरे झालं की मॅडम चूप. बोलता बोलता सगळे हसले की, आपणही स्मितहास्य करायचं किंवा चर्चा गंभीर विषयावर चालू असावी असा साधारण अंदाज बांधून चेहरा गंभीर ठेवायचा - असं वेळ मारून नेणंच अधिक असे. एखाद्या परप्रांतीय अधिकाऱ्याला आणि मॅडमना महाराष्ट्र केडरमध्ये 'वेळ मारून न्यायची' म्हणजे नक्की काय करायचं हे कळून घेताना कदाचित 'तोबी'पेक्षाही अधिक अडचण येईल.

फॉरमॅलिटी किंवा औपचारिकता ही आणखी एक शिकण्याची गोष्ट. बाहेरच्या समारंभांमध्ये, मिटिंग्ज व पार्ट्यांमध्ये वावरताना पाळायच्या गोष्टी आम्ही अनुभवाने शिकत गेलो. घरामध्ये चहाचा ट्रे कसा सजवावा, टेबलावर जेवणाचा संच सोयीस्कर आणि आकर्षकपणे कसा मांडावा, जेवण टेबलावर

बसून असेल तर पदार्थ कशा क्रमाने वाढले गेले पाहिजेत, बफे असेल तर कशा क्रमाने मांडले गेले पाहिजेत - ह्या सगळ्या गोष्टी इतरत्र बघून, स्वत: करून आणि हळूहळू चुकत माकत शिकलो. नव्या नोकरांना ते शिकवणं आणि तत्पूर्वी जुन्या जाणत्या कर्मचाऱ्यांकडून ते सगळं स्वत: शिकणं आलंच. या घरच्या आघाडीवरही जुन्या जाणत्यांच्या शिकवण्या कामी आल्या. शिवाय आपल्या परीने सगळं नीट करण्याचा प्रयत्न केला, तरी दुसऱ्या कोणा वरिष्ठ अधिकाऱ्याच्या घरी ते सगळं अधिक चांगलं केलेलं असायचं. त्यावरून 'साहेबा' चे माफक टोमणेही मिळायचे. अजूनही मिळतात. किंवा कुठेतरी काही नव्याने केलेलं पाहिलं, नवा पदार्थ खाल्ला की त्याची पुनरावृत्ती घरात होईपर्यंत साहेबाच्या जिवाला चैन पडायची नाही. मग घरी येणारा पाहुणा साहेब खूश झालेला असला-मॅडमनी चांगलं आगतस्वागत केलेलं असलं, तरी यजमान साहेब मात्र अस्वस्थ असे. मग ठिणग्या पडणं अपरिहार्य होई, पण त्याला इलाज नसे.

अधिकाऱ्याच्या प्रशिक्षणात जसे वेगवेगळे घटक महत्त्वाची भूमिका बजावतात, तशी मॅडमच्या प्रशिक्षणात वरिष्ठ अधिकारी आणि त्यांच्या कुटुंबाची भूमिकाही फार मोलाची असते. आमच्या नशिबाने आम्हाला असे काही वरिष्ठ भेटले की, ज्यांनी सर्व प्रकारच्या अडीअडचणीत आमचं पालकत्व स्वीकारलं आणि आजही अत्यंत प्रेमाने ते आम्हाला सर्व प्रकारची मदत करायला कायम तयार असतात. जेव्हा नवा अधिकारी आणि त्याचं कुटुंब आपले आईवडील, घरदार, आपला प्रांत, नातेवाईक आणि मित्रवर्तुळ या सगळ्यांपासून फार दूर असतात; तेव्हा हे वरिष्ठ आणि इतर अधिकाऱ्यांची कुटुंबंच सगळ्यात जवळची असतात. नवं कुटुंब ज्या अवस्थेतून जात असतं, तशाच परिस्थितीतून ते १०-१५ वर्षांपूर्वी गेलेले असतात. त्यामुळे त्यांना सर्व ओढाताणीची, अडीअडचणींची चांगलीच कल्पना असते. ब्रिटिश काळात तर नव्याने रुजू झालेला प्रशिक्षणार्थी अधिकारी कलेक्टरच्या बंगल्यातच रहात असे. सतत सोबत राहिल्याने नव्या अधिकाऱ्याचं केवळ कामाच्या बाबतीतच नव्हे तर वागणं, बोलणं, उठणं, बसणं, तरतऱ्हेच्या लोकांना हाताळणं अशा सर्वच गोष्टींबाबत सर्वांगाने प्रशिक्षण होत असे. दुर्दैवाने ही प्रथा आता संपुष्टात आली आहे. वरिष्ठ अधिकारीही अशा प्रकारच्या गोष्टींना आता फार महत्त्व देताना दिसत नाहीत. नव्या अधिकाऱ्यांमध्येही वरिष्ठाच्या संपर्कात रहाणं, प्रत्येक गोष्ट समजून शिकून घेणं, 'कॉल ऑन' या नावाने ओळखल्या जाणाऱ्या औपचारिक-अनौपचारिक भेटीगाठी घेणं अशा गोष्टी घडताना फारशा दिसत

नाहीत. यामुळे होणारं नुकसान उभयपक्षी आहे. ओलावा संपत चाललेल्या या नात्याचा परिणाम संपूर्ण नोकरशाही कशा पद्धतीने काम करते, त्यावरही दिसून येतो. तिच्यातील परंपरा जपण्याचा आग्रह, एकसंधपणा कुठेतरी तुटत चाललेला दिसून येतो. व्यावसायिक संकटप्रसंगी अधिकाऱ्याच्या पाठीशी एकजुटीने इतर सर्व अधिकारी उभे राहताना दिसत नाहीत.

वरिष्ठाची पत्नी ही नव्या अधिकाऱ्याच्या दृष्टीने आई, वहिनी, मोठी बहीण असल्यासारखी असते. त्याचं रहाणं, खाणंपिणं, त्याला घरची आठवण येऊ न देणं, तो विवाहित असल्यास नव्या संसारातल्या अडचणी सोडवणं याची ती हक्काची जागा असते. नव्या मॅडमचं प्रशिक्षण जुन्या मॅडम करत असतात. जर त्या दोघींची मनं जुळली, तर हे प्रशिक्षण तर उत्तम पार पडतंच; शिवाय पुढच्या अनेक प्रशिक्षणार्थींसाठी हक्काचं, हौस पुरवण्याचं, मार्गदर्शन घेण्याचं एक घर कायमचं उभं राहतं. आमचं घर असं सर्व नव्या अधिकाऱ्यांचं हक्काचं घर आहे. मला या गोष्टीचा अभिमान आहे की, आम्हाला वरिष्ठांकडून मिळालेला वारसा आम्ही भर घालून पुढे चालवतो आहोत.

आम्हाला सांभाळून घेणाऱ्या,अडीअडचणीत मदत करणाऱ्या, मार्गदर्शन आणि आधार देणाऱ्या आमच्या सर्व वरिष्ठांच्या आठवणी आमच्यासाठी कायमचा ठेवा आहे. आमच्या नशिबात विसाव्यासाठी घराबाहेरची अनेक घरं आहेत. अशी विसाव्याची हक्काची घरं असली पाहिजेत, असं मला ठामपणे वाटतं आणि ती घरं वरिष्ठ अधिकारी आणि इतर सहकारी अधिकारी यांची असली पाहिजेत, असंही मला मनापासून वाटतं. कारण सर्वचजण कमी अधिक प्रमाणात अशा सर्व व्यावसायिक आणि कौटुंबिक अडचणींतून गेलेले असतात, जात असतात आणि जाणारही असतात. त्यामुळे अधिकारी आणि त्यांची कुटुंबं यांच्यात जेवढी जवळीक आणि भक्कम विश्वासाचं नातं असेल तेवढं चांगलं. योग्य मार्गदर्शन, प्रामाणिक सल्ले, भावनिक आधार, प्रसंगी आर्थिक आधार हेच एकमेकांना देऊ शकतात.

विशेषत: जम्मू-काश्मीरसारख्या ठिकाणी ही गोष्ट मला अधिकच प्रकर्षाने जाणवली. तिथे आमचे वरिष्ठ आणि इतर अधिकाऱ्यांची कुटुंबं हे सर्वांसाठीच एक मोठं विस्तारित कुटुंब होतं. १९९८-९९ च्या काळात तिथे शांतता-सुरक्षितता नव्हती. कामाचाच नव्हे तर एकूण परिस्थितीचाच प्रचंड ताण असे. कधी कोणाच्या जिवावर बेतेल, याची शाश्वती नसे. जेव्हा सर्व काही शांत सुरक्षित असतं, तेव्हा लोक निकडीने एकत्र येतीलच असं नाही; पण जिथे वातावरण दहशतीचं आहे, सर्वांच्याच जिवाला धोका आहे, निवांतपणा

लाभलाच तरी त्याचा आनंद घेण्याजोगी परिस्थिती नाही, तिथे मित्रवर्तुळ अधिक घट्ट बनतं एवढं नक्की. अशा ठिकाणी एकमेकांची मानसिक-भावनिक गरज अधिक भासते.

डोडा हा असाच औरस चौरस पसरलेला, डोंगररांगा आणि मधून वाहणाऱ्या चिनाबने बनलेला जम्मूमधला जिल्हा. दहशतवादाच्या काळात अतिरेक्यांचे हल्ले, सैन्य व पोलिसांची सतत चाललेली हालचाल - शोधमोहिमा, दररोज संध्याकाळी ६ नंतर लागणारा १२ तासांचा कर्फ्यू. वेळी अवेळी होणाऱ्या हत्या आणि सततची दहशत यात भरडला गेलेला हा भाग. अशा वातावरणात अधून मधून सर्वांच्या होणाऱ्या भेटी हा मोठा आनंदाचा भाग असे. संपूर्ण डोडात कुटुंब असं आमचं एकटंच होतं. सरकारी अधिकारी आणि काही सैन्याधिकारी यांच्या धावतपळत होणाऱ्या भेटी हा मोठा दिलासा वाटे. 'साहेबा'चे बॉस डोडाचे वरिष्ठ पोलीस अधीक्षक जेव्हा किश्तवाडला (तेव्हाच्या जि. डोडामधील एक उपविभाग) कामासाठी आले, तेव्हा त्यांनी आवर्जून घरी येऊन माझी भेट घेतली. संपूर्ण घर फिरून पाहिलं. अगदी बाथरूमसकट! घर बऱ्यापैकी ओबडधोबड अवस्थेत आहे, हे पाहिल्यानंतर 'घराची दुरुस्ती करून ते ठीकठाक करवून घ्या, मुख्यालयातून मी लगेच पैसे पाठवतो' असं सांगितलं. मला ते म्हणाले, "तू माझी मुलगी आहेस. कुठलीही अडचण आली, तर न घाबरता मला फोन करायचा." त्यांचे हे शब्द त्या दहशतग्रस्त, नवख्या, परक्या वातावरणात माझ्यासाठी फार मोलाचे होते. अधिकाऱ्याच्या घरची आघाडी शांत, सुरक्षित, समाधानी असली की, अधिकारी कामात सर्वस्व ओतू शकतो - हा महत्त्वाचा धडा आम्ही त्या दिवशी शिकलो त्यांच्याकडून.

दहशतीच्या सावटाखाली घेतलेले अजून दोन-तीन अनुभव माझ्यासाठी लाखमोलाचे ठरले. आम्ही किश्तवाडमध्ये पोहोचल्यानंतरच्या म्हणजे आमच्या पहिल्यावहिल्या नेमणुकीच्या काळातल्या या घटना आहेत. आम्ही त्या घरात राहू लागल्यानंतर साधारणत: चार-साडेचार फुटांपर्यंत उंच असलेलं आधीचं दगडी कुंपण सुरक्षिततेच्या दृष्टीने उंच करून घेतलं गेलं. जवळपास दहा ते बारा फूट उंच. हे बांधकाम करण्यासाठी चार-पाच काश्मिरी मजूर दररोज येत. अगदी गरीब, फाटक्या अंगाचे आणि दहशतवादाच्या सावटाने रया गेलेले असे ते मजूर होते. बाहेरून त्यांना नवे साहेब बदलून आलेत, सोबत मॅडमही आहेत, हे कळलं असावं. काम ज्या दिवशी संपलं, त्यादिवशी ते मला भेटले आणि माझ्या हातात घरच्या झाडावरच्या अक्रोडांची एक छोटीशी पुरचुंडी त्यांनी ठेवली. 'हम बहोत गरीब है, पर हमारा खुदा गरीब नहीं है!'

असं म्हणून त्यांनी ही छोटीशी भेट मला दिली. स्वत: अत्यंत गरीब असूनही त्यांच्यात असलेली दानत मला खूप काही शिकवून गेली. त्याहूनही महत्त्वाचं हे होतं की दारिद्र्य, दहशत, हिंसा आणि केवळ निराशाच पैदा करणारं वातावरण चहुबाजूला असतानाही त्यांच्यावरचे संस्कार पुसले गेले नव्हते आणि हे सगळ्यात आशादायी चित्र होतं. इतक्या वर्षांच्या अंधारानंतरही त्यांच्यामध्ये ही ज्योत जागृत होती आणि तळागाळातली माणसं जेव्हा असा आशेचा किरण दाखवतात; तेव्हा जगातली कुठलीही शक्ती आपला देश तोडू शकणार नाही, आपल्याला हरवू शकणार नाही, याची खात्री पटली. दहशतवादाविरुद्ध लढताना फक्त पोलीस, प्रशासन आणि सैन्य दिसतं; पण सामान्य माणसं आपल्या कृतीतून, आपल्या जिद्दीतून, आपल्या चिवटपणातून एक अदृश्य लढाई लढत असतात, ती सहसा आपल्या नजरेत भरत नाही.

दुसरी गोष्ट आमच्याच बाबतीत घडली किंवा परिस्थितीने घडवली असं म्हणणं अधिक योग्य ठरेल. आम्ही किश्तवाडमध्ये ज्या सरकारी घरात रहात होतो, ते त्या गावातल्या एकमेव हमरस्त्यावर होतं.हा रस्ता चांगला लांबलचक होता. पोलीस ठाणं, बाजार, न्यायालय, बसस्थानक - सगळं त्या रस्त्यावरच होतं. त्यामुळे हा परिसर गजबजलेला असे. वातावरण नेहमी तणावाचं असे. कधी बराच काळ शांतता, तर कधी अचानक हल्ले किंवा हत्या होत. जेव्हा दीर्घकाळ शांतता असे; तेव्हा आता काही मोठी घटना घडेल की काय, अशी भीती असे आणि लागोपाठ अशा छोट्यामोठ्या घटना घडत; तेव्हा शांततेची पुनर्स्थापना, घटलेल्या घटनेचा तपास, छापामारी करून संशयितांची धरपकड, कर्फ्यूची कडक अंमलबजावणी अशा गोष्टी सुरू होत. साहेबासकट सर्व पोलीसपार्टी रात्रंदिवस बाहेर असे. एकदा अशाच लागोपाठ तीनचार हत्या आमच्या घरासमोरच्या परिसरात झाल्या. अशा वेळी अशा परिस्थितीत कितीही सवय झालेली असली, तरी मनावर ताण येईच. शिवाय आमच्याच घरावर हल्ला झाला तर? हीदेखील शंका होतीच. शेवटी साहेबाकडून जुजबी प्रशिक्षण घेऊन मी एक 'एके ४७' कशी कॉक करायची हे शिकून घेतलं आणि रात्री मी घरात एकटी असताना आणि नंतर तर आम्ही दोघं घरात असलो तरी उशाशी ही मैत्रीण कायम सोबतीला ठेवायला सुरुवात केली. प्रेमविवाह करून आपल्या वैवाहिक आणि व्यावसायिक जीवनाला नुकतीच सुरुवात केलेले आम्ही, एकमेकांशी प्रेमाच्या चार गुलाबी गोष्टी बोलण्याच्या काळात वेगळीच भाषा बोललो. "न जाणो काही झालंच, तर चार गोळ्या तुलाही झाडता आल्या पाहिजेत- मग जे होईल ते होईल!" असं त्याने मला सांगितलं आणि "तू

तुझ्या कामावर लक्ष केंद्रित कर, माझी चिंता करू नकोस - माझ्यात पुष्कळ हिम्मत आहे. मी सर्व सांभाळीन.'' असं मी त्याला सांगितलं. आता वाटतं हे धाडस दोघांच्यातही कुठून आलं, पण त्या त्या वेळी संकटानुसार परिस्थिती तुम्हाला घडवते हेही खरंच.

पुढच्या काळात पंजाबमध्ये वेगवेगळ्या अनुभवांनी आमचं शिक्षण समृद्ध केलं. दहशतवादातून पूर्ण मुक्त झालेला पण खोलवर गेलेल्या जखमांच्या वेदना सांभाळणारा पंजाब आम्हाला बघायला मिळाला. आमच्या प्रशिक्षण काळातल्या अगदी सुरुवातीच्या टप्प्यात एक कलेक्टर बदलून त्या जिल्ह्यात दुसरे कलेक्टर आले. पहिल्या कलेक्टरनी मार्गदर्शक म्हणून चांगली जबाबदारी निभावलेली असली, तरी कौटुंबिक पातळीवर फारशी जवळीक होऊ शकली नव्हती. त्यांचं आणि मॅडमचं वावरणं यात एक आत्ममग्नता आणि दरारा होता. त्यामुळे सुरुवातीच्या काळात अगदी पहिल्यावहिल्या पोस्टिंगमध्ये जो एक भावनिक आधार आणि ओलावा हवा असतो, त्याची निश्चितपणे कमतरता होती. आम्ही फारच नवखे असल्यानेही कदाचित ही दरी असेल. मला तर त्यांच्या घरी मॅडमना भेटायला जायचं म्हणजे 'बकिंगहॅम पॅलेस' मध्ये निघाल्याइतकं टेन्शन येई. काही काळानी त्यांची बदली होऊन दुसरे कलेक्टर आले. त्यांच्याकडून संध्याकाळच्या जेवणाचं निमंत्रण आलं. आदल्याच दिवशी ते आले होते. त्यांचं सामानही नुकतंच येऊन पडलं होतं. त्यामुळे स्थिरस्थावर होण्यापूर्वीच आलेल्या या आमंत्रणाचं आम्हाला आश्चर्यच वाटलं. संध्याकाळी पोहोचलो, तेव्हा मनात धाकधूक होतीच. दोघांनी आमचं स्वागत केलं. सर्व खोल्यांत सामानाची खोकी, फर्निचर पसरलेलं होतं. हे कुटुंब त्या सामानातच चार खुर्च्या टाकून बसलं होतं. आम्हालाही त्यांनी सामान सरकवून तिथेच जागा करून दिली आणि अडगळ, अडचणी वगैरेंचा उल्लेखही न करता लगेच झकास गप्पा मारायला सुरुवात केली. नंतर तिथेच जागा करून जेवणही वाढलं गेलं. औपचारिकता, दुरावा, तणावाचे सर्व छुपे मुखवटे गळून पडले ते कायमचेच. माणूस स्वतःचं पद, अधिकार, रुबाब या सर्वांसकट किती साधा असू शकतो आणि त्याचं कुटुंबही तितक्याच साधेपणाने, नवख्या कुटुंबाला कसं सामावून घेऊ शकतं, याचा हा आदर्श वस्तुपाठ होता. आपल्या पदाचा, सत्तेचा, दराऱ्याचा आब राखूनसुद्धा आपलं माणूसपण कसं अबाधित राखायचं, हीदेखील निश्चितच शिकण्याजोगी गोष्ट आहे यात शंकाच नाही. प्रशासकीय धडे देतानाच आपलं माणूसपणही जपायला शिकवणारे असे सगळे वरिष्ठ आणि सहकारी अधिकारी आमचं नव्या प्रांतातलं जीवन, आमचं कौटुंबिक आणि व्यावसायिक जीवन

सुरळीत करायला फार मोलाचे साथीदार ठरले.

त्याचवेळी दुसऱ्या बाजूला अधिकारी आणि त्यांचे कुटुंबीय यांनी कसं वागू नये, याचेही धडे काही वरिष्ठ आणि सहकाऱ्यांकडून मिळाले. लग्नाच्या प्रकरणात उल्लेख केलाय तसं पैशाने मोठ्या घरांतून आलेल्या मुली आणि नवऱ्याच्या पदांमुळे सत्तेची चव चाखलेल्या स्त्रियांनीही खूप काही शिकवलं. बायका जेव्हा कोणत्याही कारणाने एकत्र येत; तेव्हा त्यांच्यातही अगदी विविधरंगी, विविधढंगी गट दिसून येत. पैसा, नवऱ्याची वरिष्ठता, त्याचं पद, त्याची सर्वसंचारी पोहोच यानुसार हे गट पडत. आणि या गटांमध्ये सर्व प्रकारचे परस्परसंबंध दिसून येत.यांची उतरंड अगदी जातीय उतरंडीइतकीच चिवट असे. एकमेकींशी चांगली मैत्री असणं, एकमेकींशी ओळख असणं, अगदी उपचारापुरते संबंध ठेवणं, एकीच्या दृष्टीने दुसरी अस्तित्वातच नसणं अशा विविध छटा बघायला मिळत. सुरुवातीच्या काळात हे सगळं वेगवेगळ्या पद्धतीने झेलून झाल्यावर (आणि वाईट वगैरे वाटून झाल्यावर) नंतर त्याची गंमत वाटायला लागली आणि त्याहीनंतर कीव यायला लागली. माणूस स्वत:ला किती क्षुद्र बनवू शकतो, याचा वारंवार अचंबा वाटत राहिला. साड्या, दागिने, पार्ट्या, मुलं, त्यांच्या शाळा, आपलं (राजेशाही) घर किती टाकाऊ, 'सरकारी' आहे, नोकरांचा ताफा असूनही सगळे कसे निरुपयोगी आहेत - यापलीकडे दुसरे विषयच नसत. थोडा बदल म्हणजे यावर्षी उन्हाळा कसा असह्य आहे (किंवा हिवाळा).

आमच्या सहजीवनाच्या आणि नोकरीच्या अगदी सुरुवातीच्या काळातच एक महत्त्वाचा अनुभव मला मिळाला. आयपीएसचं प्रशिक्षण पूर्ण झाल्यानंतर पहिल्या पोस्टिंगवर रुजू होण्यासाठी आम्ही दोघे नवपरिणीत जम्मूत पोहोचलो. तिथे आठवडाभर पोलीस विश्रामगृहात राहिलो. त्या काळात तिथे 'पोलीस कल्याण मेळा' भरलेला होता. त्यात प्रत्येक जिल्ह्याच्या स्टॉलवर पोलिसांच्या बायकांनी बनविलेल्या विविध कलाकुसरीच्या वस्तू, काही विशिष्ट ठिकाणची विशेष उत्पादनं उदा. केशर, राजमा, अक्रोड अशा वस्तू विक्रीला ठेवलेल्या होत्या. त्या मेळ्याचं उद्घाटन पोलीस महासंचालकांच्या पत्नी करणार होत्या. त्यांच्यासोबत मेळ्यात फिरण्यासाठी सर्व उच्चाधिकाऱ्यांच्या बायका नटून सजून तयार होत्या. माझ्या दृष्टीने हे सगळं जगच नवं असल्याने माझी पूर्णपणे 'ॲलिस इन वंडरलँड' झालेली होती. मॅडम येऊन पोहोचण्यापूर्वी निरोप आला की, त्यांच्यासोबत मेळ्यात फिरण्यासाठी फक्त आयजी (इन्पेक्टर जनरल ऑफ पोलीस) आणि डीआयजींच्या (डेप्युटी इन्स्पेक्टर जनरल ऑफ पोलीस)

बायकांनी तयार रहावे, जिल्हा पोलीसप्रमुखांच्या बायकांनी वेगळे बसावे. निरोप स्पष्ट होता. बिचाऱ्या जिल्हा पोलिस प्रमुखांच्या बायका ज्या आपापल्या जिल्ह्यांचे स्टॉल्स दाखवण्यासाठी उत्सुक होत्या, त्या तोंड पाडून बसल्या. ज्यांना निमंत्रण मिळालं, त्या विशेष आनंदाचं कृत्रिम हास्य झळकवत पुढे सरकल्या. यथावकाश उद्घाटन झालं. मेळ्यातून मान्यवरांची फेरीही झाली. पण हा पहिलाच अनुभव मला खूप काही शिकवून गेला. 'असं का?' हा प्रश्न छळत राहिला. सगळ्यांना बरोबर घेऊन चालणं, स्वत:ची पदप्रतिष्ठा थोडी बाजूला ठेवून सर्वांशी संवाद साधणं, सर्वांना कामाला प्रवृत्त करणं - हा या उच्चाधिकाऱ्यांच्या बायकांचा अजेंडा का असू शकत नाही? ही खंत वाटत राहिली. आपल्या अशा कृतींचे कसे परिणाम होतात, दुरावा कसा कायम रहातो हेही कळलं आणि पुढच्या वाटचालीसाठी ही खूणगाठ मनात अगदी पक्की बांधून ठेवली.

याविरुद्ध अनुभव देणारे प्रसंगही मला आठवतात. पहिला म्हणजे आमच्या दहावीच्या बॅचचं काही वर्षांपूर्वी स्नेहसंमेलन झालं तेव्हाचा. जवळपास वीस वर्षांनी एक मैत्रीण भेटली. इकडच्या तिकडच्या गप्पा झाल्यावर मी कलेक्टरची बायको आहे, हे जेव्हा तिला कळलं तेव्हा ती एकदम म्हणाली, "खूप मजा असेल ना तुमची? प्रसिद्धी, फोटोबिटो, गाड्या, बंगले-नोकरचाकर. लकी आहेस बाबा तू!" तिच्या या उद्गारांनी मी क्षणभर गांगरले आणि 'हो हो' म्हणून पुढे सटकले. या मुद्द्यावर आपण कधी विचारच केला नाही, असं लक्षात आलं; पण खूप विचार करायला हवा, हेही जाणवलं. मला या पदामुळे ज्या सुविधा उपलब्ध झाल्या, त्या केवळ मौजमजेसाठी नाहीत आणि त्याचा वापर मी किती जबाबदारीने केला पाहिजे, याची खोलवर जाणीव मला झाली.

दुसरा प्रसंग आणखीनच डोळे उघडवणारा. एकदा एका अधिकाऱ्याच्या घरी त्याने ५-६ कुटुंबं (अर्थात अधिकाऱ्यांचीच) जेवायला बोलावली होती. स्त्रिया आणि पुरुष आपापली वर्तुळं करून गप्पांत रंगलेले. त्या कालावधीत शहरात छेडछाडीच्या घटना बऱ्याच वाढल्याने पोलिसांनी त्याविरुद्ध एक विशेष मोहीम हाती घेतलेली होती. आमचं संभाषण नकळत तिकडे वळलं. पोलिसांच्या नाकर्तेपणाबद्दल सर्व वृत्तपत्रं ताशेरे झाडत होतीच. तसेच ताशेरे बायकांनीही ओढले. एकुणात सर्वांचाच सूर - 'हा प्रकार अत्यंत अपमानास्पद असून सर्वांनाच कधी ना कधी त्याचा अनुभव आलाय. अशा सडकछाप मजनूंना जागीच ठोकून त्यांना काळं फासलं पाहिजे - मुलींना धीट बनवलं पाहिजे.' असा होता. आमचं हे बोलणं ऐकून एका वरिष्ठ पोलिस अधिकाऱ्याची

पत्नी म्हणाली, "काहीतरीच काय! असा काही अनुभव मला नाही आला कधी. हे मीडियावाल्यांचं नाटक आहे नुसतं. इतकी वर्षं आम्ही पंजाबमध्ये आहोत. मी कधी ऐकलं किंवा असा अनुभव घेतला नाही कधी." सर्वजणी अवाक् झाल्या. मी एकदम बोलून गेले, "मॅडम, किमान दोन कॉन्स्टेबल आणि ड्रायव्हर बरोबर असल्याखेरीज आणि लाल बत्तीच्या गाडीशिवाय तुम्ही कधीही कुठे जात नाही. असं असताना छेडछाडीचा अनुभव तुम्हाला येईलच कसा?" याच मॅडम एम ए चा पेपर देत असताना त्यांच्या परीक्षा हॉलच्या बाहेरच नव्हे तर संपूर्ण विभागात एवढा पोलीस बंदोबस्त होता की, सगळी युनिवर्सिटी तिथे काय झालंय ते बघायला लोटली. अशा गोष्टी गंमत म्हणून सोडून देण्याजोग्या नव्हेत. अधिकारी आणि त्यांची कुटुंबं प्रत्यक्ष परिस्थितीपासून किती दुरावलेली असतात आणि आपल्या वैयक्तिक सुविधांसाठी सत्तेचा आणि अधिकारांचा कसा वापर केला जातो, ते अशा उदारहणांतून मी शिकले.

माणसांप्रमाणेच परिस्थितीनेही अनेक गोष्टी शिकविल्या. पहिल्या पोस्टिंगवर किश्तवाड (त्यावेळचा जि. डोडाचा उपविभाग) मध्ये पोहोचलो, ते साल होतं १९९८. तेव्हा आजसारखे मोबाईल्स बोकाळलेले नव्हते. जम्मू-काश्मीरसारख्या पहाडी प्रदेशातून लँडलाईनवरूनही चटकन फोन लागत नसे. इंटरनेटचाही फारसा प्रसार नव्हता. त्यामुळे टीव्ही व वृत्तपत्रांतल्या बातम्या एवढाच घरच्यांसाठी आधार असे. डोडा जिल्ह्यात अतिरेक्यांच्या हल्ल्यात एक पोलिस अधिकारी ठार अशा वृत्तपत्रात कुठेतरी कोपऱ्यात आलेल्या बातमीनेसुद्धा घरी थरकाप उडे. एवढ्या औरसचौरस डोडा जिल्ह्यात रोज कितीतरी हल्ले, स्फोट, दहशतवादी कारवाया होत असत, नंतरही होत राहिल्या. रोज उठून त्याच वातावरणात राहणाऱ्या आम्हाला ते अंगवळणी पडलं होतं, पण बाहेरून बघणाऱ्याच्या दृष्टीने ही स्थिती भयंकर होती. त्यामुळे घरी काही सेकंदांसाठी जरी फोन लागलाच, तर "ऑल इज वेल" चा नारा देणंच सोयीचं असे. घरच्यांसाठी आणि आमच्यासाठीही.

माझ्या पहिल्या गर्भारपणातले पहिले सहा महिने किश्तवाडमध्येच गेले. सगळेच नवे अनुभव, आम्ही दोघे नवखे, तिथल्या सरकारी इस्पितळात असलेली डॉक्टरांची मर्यादित उपलब्धता , घरी आई किंवा सासूबाईंशी बोलणं होतच नसे. मधल्या काळात जम्मूमध्ये झालेल्या एकमेव फेरीत 'गर्भारपणाच्या अवस्था' या विषयावरचं कोलंबिया विद्यापीठाचं एक छान पुस्तक मिळालं होतं. त्यात दिल्यानुसार प्रत्येक आठवड्यात तसे तसे बदल होतायत ना, हे मी बघत गेले. सुदैवाने हा काळ कोणतीही समस्या न येता व्यवस्थित पार पडला.

याच काळाने मला नवरा कामासाठी बाहेर गेला की, तो परत यायची कोणतीही निश्चित वेळ नसते हे शिकवलं. उगीचच त्याची वाट पहात रहाणं, चिंता करणं आणि स्वत:ला अस्वस्थ करून घेणं यातही एका मर्यादेपलीकडे अर्थ नसतो हे समजलं. दहशतवाद सर्वत्र फोफावलेला असताना आणि सर्व पातळ्यांवर लढाई चालू असताना वैयक्तिक सुरक्षा आणि काळजी करण्याला काही अर्थच नसतो. त्यामुळे उलट अस्वस्थता आणि ताणतणाव वाढत जातो. त्यापेक्षा घट्टपणे परिस्थितीला तोंड देणं अधिक श्रेयस्कर आणि ही गोष्ट केवळ तणावग्रस्त प्रांतासाठीच नव्हे तर सर्वच प्रांतासाठी, त्या त्या केडरसाठी लागू पडते.

म्हणूनच कोणत्याही अधिकाऱ्याने आपल्याला हवं ते राज्य केडर म्हणून मिळालं नाही म्हणून कुरकुर करू नये आणि मॅडमनेही त्याचा सहर्ष स्वीकार करावा, असं मी नक्की म्हणेन. आपण ज्या प्रांतात आलो आहोत; तिथली भाषा, संस्कृती, चालीरीती, वैशिष्ट्यं, विवक्षित प्रश्न यांचा अभ्यास करावा. तो सगळा भाग आपला म्हणून स्वीकारावा. ही प्रक्रिया जेवढी लवकर होईल, तेवढं चांगलं. अन्यथा तो अधिकारी आणि त्याचे कुटुंबीय कायम त्या केडरमध्ये उपऱ्यासारखे राहतात. असा उपरेपणा घेऊन कामं कधीच होऊ शकत नाहीत. उगीचच आपण किती दुर्दैवी, कुठल्या भयाण प्रांतात येऊन पडलो - असं वाटून घेण्यातही फारसा अर्थ नसतो. आपण आपलं मन रमेल अशी कामं करावीत, नोकरी करावी, छंद जोपासावेत हे अधिक चांगलं. बायकांनी तर सिनेमात दाखवतात तसं किंवा जुन्या 'ब्रिटिश राज' काळातल्या पुस्तकांत-कादंबऱ्यांत रंगवल्याप्रमाणे 'मेमसाहेब'च्या राजेशाही दुनियेत कधी रमू नये. सिनेमात दाखवतात तसं खऱ्या न्यायालयांमधून जसं मिलॉर्ड वगैरे म्हणत नाटकी पद्धतीने खटले चालवले जात नाहीत, तसंच या फिल्मी मेमसाहेबी दुनियेतही फारसा अर्थ नसतो.

पूर्वीच्या काळी अधिकाऱ्यांच्या बायका जेव्हा केवळ सुगृहिणी असत म्हणजे स्वत: नोकरी अगर स्वतंत्र काम करीत नसत, तेव्हा त्या पूर्णकाळ 'मेमसाब' याच भूमिकेत असत. घर सजवणं, बाग सुंदर राखणं, नोकरांचा ताफा वागवणं, सततच्या पाहुण्यांची सरबराई अशी कामं करवून घेणं हे त्यांचं मुख्य काम असे. याव्यतिरिक्त नवऱ्याच्या इतमामाला साजेल असं सजणं-बोलणं-वावरणं सांभाळत पार्ट्या, काही कार्यक्रम-संमेलनांना हजेरी असा त्यांचा एकंदर कार्यक्रम असे. काळ बदलला, तशा बायका केवळ नोकऱ्या किंवा इतर उद्योग करणाऱ्याच नव्हेत तर स्वत:ही उच्च अधिकारी बनू लागल्या. अशा

अधिकारी असलेल्या स्त्रियांचा आपण वेगळा विचार करू. अशा बदलामुळे 'मेमसाहेबांच्या' भूमिकेतही खूप सकारात्मक बदल होणं अपेक्षित आहे. परंतु काही सन्माननीय अपवाद वगळता मला असं जाणवलं की, स्वत:चं स्वतंत्र काम अथवा नोकरी असणं आणि त्यामुळे नवऱ्याच्या प्रभावळीपासून मुक्त असं वेगळं, अधिक समानता असणारं जग बघायला मिळणं यामुळे त्या स्त्रिया वेगळ्या हव्यात असा माझा जो समज आहे, तो बऱ्यापैकी चुकीचा आहे. इतर क्षेत्रांत नोकऱ्या करणाऱ्या स्त्रिया (डॉक्टर, प्राध्यापक इ.) या आपण 'लालबत्तीवाल्या' आहोत हे मुळीच न विसरता वावरतात. (अर्थात सन्माननीय अपवाद आहेतच.) त्यामुळे बाकीचे लोक आपोआपच दबकून राहतात. या बायका आपल्या कामावर दररोज आणि वेळेत जाणं आवश्यक समजत नाहीत. आपलं काम व्यवस्थित पार पाडण्याची जबाबदारी आपलीच आहे, याची त्या पर्वा करत नाहीत. लालबत्तीच्या दराऱ्यामुळे त्यांचे वरिष्ठ ती कामं इतरांकडूनच पूर्ण करवून घेतात. रोजची हजेरी, कामातली लक्ष्यं आणि जबाबदाऱ्या इतरांसाठी असतात. पगार मात्र वेळेवर खात्यात जमा होतो.

ज्या स्त्रिया स्वत:ही अधिकारी आहेत किंवा दोघेही अधिकारी आहेत, त्याही घरात अनेक विरोधाभास दिसतात. सर्वत्र असणाऱ्या सन्माननीय अपवादांप्रमाणेच इथेही अत्यंत साधी, सरळ, कार्यक्षम, नामवंत जोडपी आहेतच. क्वचित दोघांपैकी एक प्रामाणिक-कार्यक्षम आणि दुसरा कार्यक्षम पण भ्रष्ट अशाही जोड्या आहेत. हे विरोधाभास एका छताखाली नांदतात. इथेही बायको नवऱ्याची भलावण करताना किंवा त्याच्या चुकीच्या गोष्टींवर पांघरूण घालताना दिसून येते. शेवटी व्यक्ती, तितक्या प्रकृती हेच खरे.

अगदी सुरुवातीच्या काळात तर कधीकधी लांबच्या कुठल्यातरी छोट्याशा किंवा नव्याने बनलेल्या सबडिव्हिजनमध्ये नियुक्ती व्हायची शक्यता जास्त. बऱ्याचदा तिथे सरकारी निवासस्थान नसतंच किंवा असलंच तर बाबा आदमच्या जमान्यात कधीतरी रंगरंगोटी-डागडुजी झालेली अशा अवस्थेत असतं किंवा एखाद्या जुनाट सरकारी रेस्टहाऊसमध्ये एक खोली उपजिल्हाधिकाऱ्याला, एक खोली पोलीस उपअधीक्षकाकडे, एक राखीव अशी व्यवस्था असते. जेवणघर, बैठकीची खोली, व्हरांडा सर्वांत मिळून कॉमन. त्यामुळे या व्यवस्थेला घरपण नसतंच. घर मिळालं तर अगदी छोटं. एकदोन खुर्च्या, एखादा बेड अशी अवस्था असते. पण आपल्याला पाय रोवून इथेच रहायचं आहे, इथेच काम करायचं आहे, असा निश्चय असला की, सगळं काही जमून जातं.

याबाबत पंजाबमधल्या आमच्या अगदी सुरुवातीच्या काळातली एक घटना

खूप काही शिकवून गेली. म्हटलं तर अगदी साधासाच प्रसंग, पण फार महत्त्वाचा धडा देणारा. साहेबाचा प्रशिक्षणकाळ संपून उपजिल्हाधिकारी म्हणून नुकतीच नेमणूक झाली होती आणि आम्ही आमच्या पहिल्या सरकारी घरात रहायला गेलो होतो. सगळा नवाच संसार. घरात अगदी गरजेपुरतं सामान होतं.एके दिवशी अचानक आम्हाला भेटायला साहेबाच्या पंजाबमधल्या एका बॅचमेटचे आईवडील आले. मी चहा करेपर्यंत त्या बाईंनी स्वयंपाकघर आणि बैठकीच्या खोलीचा आढावा घेतला आणि आमच्या घरात काहीच सामान नाही अगदी पडदे आणि सोफादेखील नाहीत. एका आयएएस अधिकाऱ्याला शोभावं, असं हे घर मुळीच नाही - अशा प्रतिक्रिया नोंदवल्या. मला खूप वाईट वाटलं, अगदी डोळ्यात पाणी आलं. आम्हाला भेटणं महत्त्वाचं की सामान बघणं? हा प्रश्न डोक्यात आला नाही. नवखेपणा, बुजरेपणा अजून गेला नव्हता. हळूहळू अनुभवाने अशा गोष्टींना किती महत्त्व द्यायचं, हे समजत गेलं. घर सुंदर असावं, ते चांगलं राखावं; पण त्याचं घरपण जाऊ नये. ते महागड्या, शोभिवंत वस्तूंनी सजलेलं वस्तुसंग्रहालय असू नये. ते सर्वांना आपलंसं करेल असं असावं, ही धारणा अधिकाधिक पक्की होत गेली. असे वेगवेगळे कडूगोड अनुभव घेत मीही अशा गोष्टींना सरावत गेले. कुठल्या गोष्टी मनावर घ्यायच्या, कुठल्या गोष्टी मनाला लावून घ्यायच्या, कुठल्या संपूर्ण विसरून जायच्या हे कळणं हा केवळ अनुभवाचा भाग असतो. केवळ त्या समाजमान्य आहेत, म्हणून चुकीच्या गोष्टींचं अनुकरण न करणं आणि स्वत:ची संवेदनक्षमता न हरवणं महत्त्वाचं.

पंजाबमध्ये गेल्यानंतरची अगदी सुरुवातीची काही वर्षं कामाच्या दृष्टीने आमचा जम बसला, तरी सामाजिक-सांस्कृतिकदृष्ट्या आम्ही लवकर स्वत:ला तिथे रुजवू शकलो नाही.विशेषत: बाहेरच्या जगाचा संपर्क कमी असल्याने मला रुळायला अधिक वेळ लागला. हा 'कल्चरल शॉक' पचवायला बराच काळ लागला. 'साधी राहणी उच्च विचारसरणी' या संस्कारात वाढलेले आम्ही मराठी जन! पंजाबी समाजात वावरणं हा आमच्यासाठी मोठाच धक्का होता. 'खाओ पिओ ऐश करो' हा नियम पाळणारे पंजाबी आम्हाला उथळ वाटत. त्यांचे कपडे, राहणीमान आम्हाला तडकभडक वाटे. साहित्य, कला अशा गोष्टी कशाशी खातात, हे तरी यांना माहीत आहे का? दलेर मेहंदी आणि अमृता प्रीतम यांच्यापाशी यांचं संगीत आणि साहित्य थांबतं असं वाटे. पैसा, सत्तेशी जवळीक, छानछोकी यापलीकडे हे विचार करू शकत नाहीत, असं जाणवे. पण हळुहळू इथे रुजत गेलो, तसतशी या समाजाची ओळख पटली.

भारताच्या वायव्य सीमेवर असलेल्या या राज्याने देशाची ढाल बनून प्रत्येक आक्रमण झेललं. अनेक वेळा उद्ध्वस्त होऊन हे राज्य पुन्हा पुन्हा उभं राहिलं. सततची आक्रमणं झेलून झेलूनच एका अनिश्चिततेपोटी कदाचित पण आजचा दिवस मस्त साजरा करायचा - ही वृत्ती त्यांच्यात खोलवर रुजली. पंजाबीत एक म्हण आहे, 'खाया पिया लाहे दा बाकी अब्दलशाहे दा' म्हणजे खाल्लं प्यायलं ते आपलं, बाकी (अहमदशहा) अब्दालीचं. एवढी अनिश्चितता भोगलेला हा समाज! आज आत्ता मस्त साजरं करायचं - ही वृत्ती त्यांच्या हाडीमासी नाही रुजली तरच नवल. 'एक चादर मैली सी' या कादंबरीच्या प्रस्तावनेत राजिंदरसिंह बेदींनी पंजाबच्या या मनोवृत्तीचं फार मनोज्ञ वर्णन केलं आहे. आवर्जून मुळापासूनच ते वाचावं असं आहे. हळूहळू हे राज्य आणि त्याची संस्कृती यांनी आमच्यावर गारूड केलं. नुसरतची सूफी कव्वाली, शिवकुमार बटालवी, पाशचे काव्य, संत तुकारामांची आठवण करून देणारा परखड संतकवी बुल्लेशाह, भांगडा आणि गिद्दासारखी रांगडी लोकनृत्यं, खड्या आवाजात गाणारे इथले लोकगायक, शिखांचा इतिहास आणि 'अ ट्रेन टू पाकिस्तान' लिहिणारे खुशवंत सिंह, काळजाला हात घालणारा लेखक सआदत हसन मंटो, सोभासिंगसारखे चित्रकार, शेतात कसून मेहनत करून सोनं पिकवणारी इथली माणसं, अत्यंत दिलदार-अतिथींसाठी आपलं हृदय आणि आपलं कोठार उघडं करणारी, भारताला खाद्यसुरक्षेत उच्च स्थानी नेणारी, जगभरात पंजाबी धाब्यांचा आणि पंजाबी खाण्याचा प्रसार करणारी, सैन्यदलांचा आधार असणारी, खेळांत भारताची मान उंचावणारी. आपण होऊनच आपले गुणदोष मोकळेपणानी मान्य करणारी. आपल्या समाजात दिखावेबाजी जास्त आहे, याची जाणीव असणारी आणि ते उघडपणे स्वीकारणारी ही माणसं गुरुद्वारे आणि लंगरच्या माध्यमातून जगात कुठेही कोणत्याही अडचणीच्या प्रसंगी हजारो लोकांना खायला घालू शकतात.

दक्षिणेकडच्या राज्यांच्या आणि मराठी संस्कृतीच्या परंपरेबद्दल कौतुक असणारी, 'इतकी चांगली समाजसेवी कामं तुम्ही लोकच करू शकता, आमच्यात ते गुण नाहीतच!' असं पुन्हा पुन्हा म्हणणारी. जसजसं त्यांना समजून घेत गेलो, तसतशी त्यांची कधी न दिसलेली बाजू दिसत गेली. फाळणीचे घाव सोसलेल्या, दहशतवादाच्या वेदना झेललेल्या कहाण्या कितीतरी लोकांच्या तोंडून ऐकल्या. सुवर्णमंदिर, भगतसिंगाची समाधी आणि जालियनवाला बागेत झुकलो. 'ह्या राज्यात आपल्याला काम करायचं आहे' पासून 'हे आपलं राज्य आहे' पर्यंतचा प्रवास नकळत होत गेला. महाराष्ट्राची घर म्हणून आठवण धूसर

झाली नाही, होणारही नाही; पण आपलं केडरदेखील घराइतकं प्रिय झालं, दुसरं घर होऊन बसलं. नागरी सेवांना अखिल भारतीय सेवा का म्हणतात, ते कळलं. एका राज्यातला एक अधिकारी संपूर्णपणे भिन्न संस्कृती असलेल्या राज्यांत काम करतो; तेव्हा ते राज्य त्याला आपलंसं करतंच, किंबहुना त्याचे आचार, विचार, खाण्यापिण्याच्या सवयी सगळ्यावरच हे केडर राज्य परिणाम करतं. राष्ट्रीय एकात्मतेचं हे एक फार उत्तम उदाहरण आहे.

कमीअधिक प्रमाणात सर्वच अधिकाऱ्यांचे आणि त्यांच्या कुटुंबाचे अनुभव असेच आहेत. हा आपलेपणाकडचा प्रवास जेवढा लवकर आणि मनापासून होईल, तेवढं चांगलं. ज्या उद्देशाने या सेवेत आलो, ज्या कामासाठी आपले गृहराज्य सोडून दुसऱ्या राज्यात आलो, तिथे एकदा पोहोचलो की, मग ते काश्मीर असो की ईशान्येकडची राज्यं, केरळ असो की गुजरात, त्या कामाला प्राथमिकता द्यायची तयारी असली की, बाकी गोष्टींना फार महत्त्व द्यायची गरज वाटत नाही. कालांतराने छोटं घर किंवा तत्सम गोष्टींचा त्रास वाटेनासा होतो किंवा त्याबाबत अधिक विचार करण्याचीही गरज उरत नाही. चिमुकल्या जुन्या रेस्टहाऊसपासून सुरू झालेला हा प्रवास छोट्याश्या ३ खोल्यांच्या घरापासून, ड्युप्लेक्स, प्रशस्त फ्लॅट, जुन्या ब्रिटिशकालीन किंवा राजेमहाराजांच्या हवेल्या, ६-७ एकरात पसरलेली दिमाखदार घरं असा चालूच राहतो. कारण वारंवार होणाऱ्या बदल्या! शिवाय बदल्यांचा वेग थोडा 'अधिक' असला, तर सर्व दर्जांच्या सरकारी विश्रामगृहांचाही पाहुणचार मिळतो.

घरं जसजशी ऐसपैस होत जातात आणि त्या त्या राज्यातलं हवामान, फळंफुलं इ. ची माहिती होत जाते, तसतसं बागकाम, शेतीवाडी अशाही हौशी पुरवता येतात. मनुष्यबळ आणि मार्गदर्शन दोन्ही उपलब्ध असल्याने अत्यंत देखण्या बागा तयार होतात. बारकाईने बागकाम शिकायला मिळतं. आमच्या एके ठिकाणच्या अवाढव्य घरात तर मी पूर्णवेळ शेतीसुद्धा केली. एका भागात गव्हाची लागवड, एकात फुलबाग आणि एकात सर्व भाज्या आणि कडधान्यं! हौस म्हणून केलेल्या भाज्या दिसायला आणि खायला मस्त लागत असल्या; तरी त्यांचे ढीगच्या ढीग घरात आले की, आणखी नवा उद्योग सुरू होई. सर्व नोकर, कर्मचारी आणि मित्रवर्तुळ यांच्यात ही सर्व हिरवाई वाटून टाकण्याचा आनंददायक उपक्रम जवळपास रोज करावा लागे. घरातल्या फळांची लोणची, मुरंबे, जॅम्स, सरबतं हेही मनसोक्त केलं. या सगळ्या आठवणी म्हणजे आयुष्यातला आनंदाचा ठेवा आहे. याच शेतीतले ७०-८० किलो मूग घरात आले आणि लगेच आमची बदली झाली. हा आमच्या नोकरीच्या प्रवासातला

वादळी काळ होता. ह्या बदलीनंतर पुन्हा पुन्हा बदल्या होतच गेल्या. पुढच्या सुमारे ४-५ बदल्या होईपर्यंत आम्ही हे मूग खाल्ले. त्यामुळे 'तुझ्या वारंवार होणाऱ्या बदल्यांबाबत तू चकार शब्दही न काढता किंवा निषेध न नोंदवता मूग गिळून गप्प बसतो आहेस (तेही घरचे)!' असा आरोप करायची संधी मला आयतीच मिळाली.

अर्थात या बदल्या प्रकाराचा आणि पाळाव्या लागणाऱ्या इतर बंधनांचा कधीकधी जाच वाटायचा, वैतागही यायचा. आपण सामान्य आयुष्यातल्या गमतीजमती गमावतो आहोत, असंही वाटायचं. खाजगी आयुष्यातल्या ज्या गोष्टी आपण अगदी सहज, फारसा विचार न करताही करतो, त्यामागे प्रत्येक वेळी एवढा विचार करायची काय गरज आहे - असं वाटे. कोणात मिसळायचं, कोणात नाही यावर कटाक्ष ठेवावा लागे. त्यामुळे बऱ्याचदा आपलं वागणं कृत्रिम होतं आहे की काय, अशी शंका येई. कोणाशी संबंध वाढवताना आपल्याला ती व्यक्ती किती आवडते किंवा पटते, यापेक्षा त्या संबंधामुळे आपल्याकडे कोणी वशिला लावायला किंवा गैरफायदा घ्यायला तर येणार नाही ना - याची काळजी अधिक घ्यावी लागे. मोकळेपणाने बाजारात फिरणं, बाहेर जाऊन खाणं अशा गोष्टी अवघड जात. आमची ओळख उघड असल्याने कुठेही गेलो, तरी सगळ्यांच्या नजरा आमच्यावर असत. त्यापेक्षा नकोच, ते असं होत असे.

त्याचबरोबर दुसऱ्या बाजूला अनेक महत्त्वाच्या गोष्टीही सहजपणे लाभत गेल्या . आसपास होणाऱ्या सर्व लहानमोठ्या कार्यक्रमांमध्ये साहित्यसंमेलनं, संगीतसंमेलनं, व्याख्यानं, सांस्कृतिक कार्यक्रम यांत आमची उपस्थिती मोलाची आणि महत्त्वाची असे. अगदी समोर बसून सर्व गोष्टींचा आनंद घेता आला. यानिमित्ताने खूप मोठमोठ्या कलावंतांना, महत्त्वपूर्ण व्यक्तींना, शास्त्रज्ञ-खेळाडू-विद्वान व्यक्तींना पहाता ऐकता आलं. त्यांच्या प्रत्यक्ष भेटींचा योग जुळून आला. चिपको आंदोलनकर्त्या सुंदरलाल बहुगुणांपासून राष्ट्रपती कलाम साहेबांसारख्या ऋषितुल्य शास्त्रज्ञांना भेटण्याची संधी मिळणं हा नतमस्तक करणारा अनुभव होता. तसंच आमच्या क्षेत्रातल्या कामासंदर्भात, मार्गदर्शनासाठी त्या त्या क्षेत्रातल्या विद्वान लोकांच्या, शिक्षणतज्ज्ञांच्या, समाजकारण्यांच्या गाठीभेटी सहजपणे मिळत असत, अजूनही मिळतात. अनेक नामवंत, अभ्यासू राजकीय नेते व सनदी अधिकाऱ्यांच्या भेटी व मार्गदर्शन लाभलं. खऱ्या अर्थाने आपापल्या क्षेत्रात उत्तुंग असणाऱ्या या व्यक्तींकडून त्यांचं ज्ञान, त्यांचे अनुभव, त्यांचा साधेपणा, त्यांच्या वर्तनातली स्पष्टता-शुद्धता सगळंच अनुभवणं मोठं विलक्षण

होतं. सनदी सेवेमुळे अशा सर्व गोष्टी फार सहजपणे मिळाल्या, याचा कृतज्ञतेने उल्लेख केल्याशिवाय रहावत नाही.

याशिवाय प्रवासासाठी भारतभरात कुठेही गेलं, तरी त्या त्या ठिकाणच्या सरकारी गेस्ट हाऊसेस, सर्किट हाऊसमध्ये रहायला मिळालं. काहीकाही सर्किट हाऊसेस तर उदा. मनाली, उटी अशा जागी बांधलेली आहेत की, त्या त्या जागेवरून त्या त्या ठिकाणचं सर्वोत्तम निसर्गसौंदर्य दिसतं. ब्रिटिशांनी ही विश्रामगृहं बांधण्यासाठी केलेल्या जागांच्या निवडीबद्दल त्यांचं कौतुक केल्याशिवाय रहावत नाही आणि हा अवाढव्य आणि अजब देश चालवणाऱ्या नोकरशाहीला सलाम करावासा वाटतो.

यासोबतच भारतभर पसरलेले सुहृद बॅचमेट्स, त्यांच्या गाठीभेटी, त्यांच्याबरोबरच्या रंगणाऱ्या चर्चा, अनुभवांची देवाणघेवाण खूप काही शिकवून गेल्या, अजूनही शिकवतात. ह्या गोष्टींसोबतच माझ्या दृष्टीने असलेला आणि झालेला सर्वोत्तम लाभ म्हणजे काम करण्यासाठी मला उपलब्ध झालेली व्यासपीठं, संस्था, कार्यालयं, केंद्रं. आमचं केडर असलेल्या पंजाबमध्ये मॅडमसाठी उपलब्ध असणारी ही रेडीमेड व्यवस्था म्हणजे रेडक्रॉस, कुटुंब सल्लागार समिती (असोसिएशन फॉर सोशल हेल्थ इन इंडिया), चाईल्ड वेल्फेअर कौन्सिल आणि जिल्हा रुग्णालयाची समाजकल्याण शाखा. या सर्व संस्था अधिकारी आणि त्यांच्या बायकांसाठी एक तयार व्यासपीठ देतात. अधिकाऱ्याची पत्नी स्वतःही अधिकारी असेल किंवा इतर व्यवसायात म्हणजे सरकारी आरोग्य सेवेत डॉक्टर किंवा सरकारी कॉलेजात प्राध्यापक किंवा बँकर वगैरे तर बदल्यांसोबतही तिचं स्वतःचंही काम चालू रहातं. पण तसं असलं किंवा नसलं, तरी नव्या जगाशी ओळख करून घ्यायला, लोकांच्या प्रत्यक्ष संपर्कात यायला वर उल्लेख केलेल्या संस्था खूप मोलाच्या ठरतात. त्यांची किमान एक काही यंत्रणा असते, प्रत्येकासाठी एक पद असतं, जबाबदाऱ्या लिखित स्वरूपात उपलब्ध असतात, त्यामुळे कामाला सुरुवात करणं सोपं जातं. अशा कामासाठी तयार जागांमुळे, यंत्रणेमुळे मोकळेपणानी समाजासाठी काम करता येतं, नाहीतर अधिकाऱ्याचं कुटुंब सामान्य लोकांपासून पूर्णतः वेगळं पडतं. प्रत्यक्ष जनसंपर्काची त्यात विशेष सुविधा नसते. स्वतंत्रपणे व्यवसाय किंवा काम करायचं, तर साहेबाचं पद अप्रत्यक्षपणे आड येतं. साहेबाची पत्नी बाहेरच्या जगाच्या प्रत्यक्ष संपर्कात तिच्या 'वैयक्तिक' कामासाठी (व्यवसाय) जेव्हा येते, तेव्हा खाजगी स्वरूपात चार लोकांशी संपर्क वाढविल्याशिवाय स्वतःचं काम करणं शक्य नसतं आणि मग हे चार लोक चारशे बनून

साहेबाकडे कामं घेऊन यायला सुरुवात करतात. 'भाभीजींशी' ओळख आहे; त्यामुळे काम घेऊन आलो - असा एकंदर मामला होऊ लागतो. त्यामुळे भाभीजींनी अशी कामं न केलेलीच बरी. विशेषत: प्रांत, जिल्हा, विभागीय स्तरांवर ही बंधनं स्वत:हूनच पाळलेली चांगली.

राज्याच्या किंवा देशाच्या राजधानीत काम करताना अगर प्रतिनियुक्तीवर (डेप्युटेशन) असताना खाजगी क्षेत्रात काम करणं सोपं जातं, कारण अशा जागांवर तुमचं स्थान अनेकांमधलं एक असं असतं आणि प्रत्यक्ष कामांसाठी येणारे लोक हे तुमच्या वैयक्तिक आयुष्याबद्दल फारसं काही जाणत नाहीत. थोडक्यात तुम्ही कोणत्याही अर्थाने लाईमलाईटमध्ये नसता. अशा गोष्टी आजच्या काळात जाचक वाटतात, पण दीर्घकालीन करिअरचा (सार्वजनिक क्षेत्रातल्या) विचार करता होता होईल तेवढी ही बंधनं पाळलेली बरी. मागे उल्लेख केलाय तसं आपल्या पदाच्या प्रतिष्ठेच्या परिघात राहून केल्या जाऊ शकणाऱ्या स्वयंसेवी कामांबाबत थोडी विस्ताराने चर्चा करूयात. वर उल्लेख केलेल्या सर्व संस्थांमध्ये 'मॅडम' स्वयंसेवी पदाधिकारी म्हणून काम करू शकतात. अर्थात त्यावर काम केलंच पाहिजे, असं कुठलंही बंधन नसतं. हे काम संपूर्णत: स्वयंसेवी असतं. परंतु बाहेरच्या जगात सन्मानाने ये-जा करण्यासाठीची ही सुवर्णद्वारं असतात. त्यातून समाजाभिमुख अशी कितीतरी कामं उभी राहू शकतात. अन्यथा मॅडमना मेमसाहेब म्हणून मजा करणं, पार्ट्या, किटीज् करणं आणि अधूनमधून शाळा-कॉलेजेसच्या कार्यक्रमांना प्रमुख पाहुणी म्हणून जाणं एवढंच काम उरतं. त्यातही तिची ओळख अमक्या साहेबाची बायको एवढीच उरते.स्वत:च्या स्वतंत्र ओळखीची भूक नसेल, तर मग हा सोन्याचा पिंजरा कायमसाठी असतोच. त्यामुळे आपण कसं जगू इच्छितो, हा प्रत्येक मॅडमचा स्वत:पुरता चॉईस असतो.

माझ्या बाबतीत सांगायचं तर या महत्त्वाच्या सुविधेचा मी खूप फायदा करून घेतला. रेड क्रॉस, चाइल्ड वेल्फेअर कौन्सिल, फॅमिली कौन्सिलिंग सेंटर्स, जिल्हा रुग्णालयाचा जनकल्याणकारी विभाग अशा संस्थांमुळे प्रत्यक्ष जनसंपर्कासाठी मला खूप फायदा झाला. या सर्वच संस्था फार जुन्या आहेत. प्रदेशानुरूप त्यांचं स्वरूप व कामाचं क्षेत्र बदलू वा कमीजास्त होऊ शकतं. अगदी दूरवरच्या भागांपर्यंत वैद्यकीय शिबिरं चालवणं, मुली व स्त्रियांसाठी विशेष आरोग्यशिबिरं, टीबीसारख्या आजारामुळे पीडित गरीब रुग्णांना मोफत औषधोपचार अशी कामं रेड क्रॉस व जिल्हा रुग्णालयांमार्फत होत. ही शिबिरं ग्रामीण भागातल्या वैद्यकीय सुविधा, शाळांची स्थिती, रस्ते व

इतर अडचणींचा 'आँखों देखा हाल' मला देत. कारण मी स्वत: त्या प्रत्येक ठिकाणी उपस्थित रहात असे. स्वत:च्या केडर राज्याशी ओळख व्हायला, चांगल्या मेहनती लोकांच्या संपर्कात यायला या भेटी उपयोगी पडत. पुढे व्यापक प्रमाणात राबविल्या गेलेल्या स्त्री भ्रूणहत्याविरोधी मोहिमांमध्ये अशा नेटवर्किंगचा खूप फायदा झाला. प्रशासकीय पातळीवर तर यासाठी पराकाष्ठेचे प्रयत्न केले गेलेच, पण त्याबरोबर त्यात सामील होणारे स्वयंसेवक आणि छोट्या छोट्या संघटना वैयक्तिकरित्या आमच्या स्नेहापोटी, आमच्या कामावर असलेल्या त्यांच्या विश्वासापोटी कामात सहभागी झाल्या. फॅमिली कौन्सिलिंग सेंटर्सद्वारा स्त्रियांवर होणाऱ्या अत्याचारांबाबत काम करणारं आणि २४ तास प्रतिसाद देणारं 'क्राईसिस इंटरवेंशन सेंटर' उभं राहिलं. नियमित मार्गदर्शन, कायदेशीर सल्ला व विचारविनिमयाद्वारा उद्ध्वस्त कुटुंबं वसवण्याचं काम तर झालंच, शिवाय स्त्रीविषयक हिंसाचारावर चांगलाच वचक बसला. पुढच्या टप्प्यात जिल्हा मुख्यालयापासून प्रत्येक पंचायतीपर्यंत हे केंद्र पोहोचलं. स्त्रियांचे कायदेविषयक अधिकार, पंचायतीराज व्यवस्थेत काम करणाऱ्या पंच-सरपंच स्त्रिया, अनिवासी भारतीयांद्वारा फसवल्या गेलेल्या विवाहित स्त्रिया, नशेखोरीमुळे धूळधाण झालेली कुटुंबं या सर्वांसाठी २४ तास सल्ला देणारी, संरक्षण देणारी, प्रत्यक्ष मदत करणारी भक्कम यंत्रणा उभी राहिली. जिल्हा प्रशासन, पोलीस प्रशासन, स्वयंसेवी संस्था या सर्वांच्या एकत्रित प्रयत्नाने हे काम उभं राहिलं आणि यशस्वी झालं. झोपडपट्टीतल्या मुलांसाठी विशेष सायंशाळा व वसतिगृहं, त्यांच्यासाठी विशेष बालमेळे, त्यांच्या आयांसाठी स्वयं सहायता गट यावरही खूप काम झालं. या कामांमुळे त्या लोकांचा तर फायदा झालाच; पण माझ्यासाठीही तळागाळात काम करणं आणि विधायक बदल घडवून आणणं किती अवघड आणि कष्टाचं आहे, याचं हे प्रशिक्षणच झालं.

याबाबत विद्यार्थीजीवनात महाराष्ट्रात केलेलं काम आणि पंजाबमध्ये केलेलं काम यात स्थितीनुसार केवढा फरक आहे हेही कळलं. पर्यावरणविषयक केलेल्या कामात फटाके आणि प्लॅस्टिकच्या वाढत्या वापराबाबत जिल्ह्यांमधल्या सर्व सरकारी व खाजगी शाळांमध्ये मोहिमा राबवल्या गेल्या.शाळांमधल्या या बालमित्रांचा प्रतिसाद अभूतपूर्व होता. विशेषत: प्लॅस्टिकच्या पिशव्यांचा वापर घटवण्याबद्दल जागरूकता पसरवणं हा त्याचा उद्देश होता. फटाक्यांच्या वापरात झालेली लक्षणीय घट आणि दृश्य स्वरूपात घटलेलं प्रदूषण यामुळे केलेल्या मेहनतीची पावती नक्कीच मिळाली.

या सर्व कामांचा लोकांना फायदा झाला, परिस्थितीत बदल होऊ शकतात यावर त्यांचा विश्वास बसू लागला. वैयक्तिक पातळीवर मी खूप काही शिकले. आणि त्याचबरोबर स्वतःच्या कार्यक्षेत्रात असणारे प्रश्न, घडामोडी, होणारं काम याचा रिपोर्ट साहेबालाही एका वेगळ्या दृष्टिकोनातून अगदी घरात मिळत राहिला. सातत्याने मनापासून करत राहिलेलं काम, सततच्या बदल्यांना तोंड देत उभे केलेले प्रकल्प या सगळ्यांतून त्या त्या वेळी निखळ आनंद आणि लोकांच्या चेहऱ्यावरचं समाधान एवढाच उद्देश असला; तरी नंतर इतरत्र काम करताना उदा. पंजाब व हरियाणा हायकोर्टात काम करताना या सगळ्या अनुभवांचा मला प्रचंड फायदा झाला.

मोठा जनसंपर्क, मोलाचे स्नेही, अनुभव यासोबतच नकळत आणखीही एक गोष्ट घडली. ही सर्व कामं चालू असताना त्याबाबतच्या चर्चा घरीही होत असत. मुलंही ती बारकाईने ऐकत असत. मुलं जसजशी मोठी होत गेली, तसतशी सामाजिक विषयांवरची त्यांची मतं इतरांपेक्षा अधिक माहितीपूर्ण असतात असं जाणवलं, आजही जाणवतं. आमचं कुटुंब सर्वत्र रूळू शकलं, बदल्या-अडचणी-सतत बदलत्या शाळा अशा सर्व गोष्टींना तोंड देऊ शकलं. त्यात प्रत्यक्ष अप्रत्यक्षपणे या कामांचाही मोठा वाटा आहे. कारण सुदैवाने आमचं लक्ष नेहमी कामांवर राहिल्याने विशिष्ट पोस्टिंग, विशिष्ट जिल्ह्यात किंवा विभागात नेमणूक अशा गोष्टींचा कधी मोह पडला नाही. जिथे असू तिथे काम करत जायचं, असंच वळण पडल्याने मुलंही तशीच घडत गेली असावीत. ही सर्व कामं करतानादेखील सहसा मी कुणाला भेटले, कोणाशी काय बोलणं झालं, प्रस्तावित प्रकल्प यांची माहिती मी साहेबाला देत असे. त्यामुळे आपण चुकीच्या किंवा मतलबी माणसांना जवळ करत नाही ना, काम करताना कायदेशीरदृष्ट्या काही चुका होत नाहीत ना - याबाबत तोही काळजी घेत असे. आमच्या कामांना जे काही यश मिळालं, त्यात आपसातला हा संवाद खूप महत्त्वाचा होता. अन्यथा केवळ साहेबांना खूश करण्यासाठी मॅडमच्या माध्यमातून चुकीची कामं करवू पाहणाऱ्या लोकांची काही कमी नव्हती. कोणी काही देणग्या वगैरे दिल्या, तरी त्या व्यवहारांबद्दल संपूर्ण पारदर्शकता बाळगली जाई. त्यामुळे मतिमंद व मूकबधिर मुलांच्या शाळेच्या उभारणीत जमिनीपासून श्रवणयंत्रांपर्यंत लोकांनी भरभरून मदत केली. जिल्हाभरच्या सायंशाळेतील मुलांसाठी आनंददायी बालमेळावे साजरे झाले. एक गोष्ट यातून लक्षात आली की, चांगला हेतू ठेवून तळमळीने काम केलं; तर संसाधनांची, मानवी हातांची कमतरता कधीच पडत नाही.

काहीवेळा अत्यंत मजेदार अनुभवही आले. एका जिल्ह्याच्या ठिकाणी झोपडपट्टी व गरीब वस्त्यांत सायंशाळा काढण्याचा प्रयत्न चालू होता. पाहणी करून सायंशाळा काढण्याइतकी मुलं त्या भागात आहेत, हे निश्चित झाल्यावर जागेचा शोध सुरू झाला. सगळीच कच्च्या घरांची आणि झोपड्यांची वस्ती असल्याने सोयीची जागा मिळेना. शेवटी एक छोटा गुरुद्वारा चालवणारा ग्रंथी(पुजारी) मदतीला आला. संध्याकाळच्या वेळी दोन तास तुम्ही गुरुद्वाऱ्याचं अंगण वापरायला हरकत नाही, असं तो म्हणाल्यावर मी स्वत: पाहणी करायला गेले. मुलं जमली, कोणीतरी देणगी दिलेली सतरंजी, वह्या-पेनं, खाऊ असा सगळा जामानिमा झाला. सगळी मुलं आणि पालक आनंदाने जमले. शाळेचं उद्‌घाटन झालं आणि सगळे घरी गेले. त्या दिवशी गुरुद्वाऱ्यात कसलासा उत्सव होता. ग्रंथीने मॅडम आणि टीमला भजी खायला घातली. बऱ्याच दिवसांचा रेंगाळलेला प्रकल्प आता मार्गी लागला, म्हणून आनंदाने भजी खाऊन शिवाय साहेबासाठी 'परशाद' घेऊन मी घरी आले. मी प्रचंड उत्साहाने बडबड करत असताना साहेबानी एक भजं तोंडात टाकलं. नवीन काम मार्गी लागलं की, मला काय बोलू आणि काय नको असं होतं, हा अनुभव त्याला नवा नव्हता. पण मी आज अधिकच का बोलते आहे, हे त्याला कळत नव्हतं. शिवाय 'ही भजी फारच चवदार आहेत, आपण अशी करून पाहूयात' असं म्हटल्यावर तो अधिकच सावध झाला. भज्याची पुन्हा एकदा नीट चव घेतल्यावर त्याने बशी ताबडतोब खाली ठेवून दिली आणि 'अगं, फार नाही ना खाल्लीस?' असं विचारलं. इकडच्या भागात काही ठिकाणी प्रचलित असणाऱ्या प्रथेनुसार त्यात बऱ्यापैकी भांग मिसळलेली होती. आता माझ्या अफाट उत्साहाचं आणि बडबडीचं रहस्य अचानक उलगडलं आणि मी 'उरलेली भजी ताबडतोब वाटून टाक' असं नोकराला फर्मावलं. आजही हसू फुलवणाऱ्या अशा अनेक मजेदार आठवणी आहेत.

लोकसभा, विधानसभा निवडणुका असल्या की आचारसंहिता लागू होते. या आचारसंहितेच्या काळात आणखी गमती होत. छोटेमोठे कार्यक्रम बऱ्याच आधी ठरलेले असत. आचारसंहितेमुळे काही कार्यक्रम पुढे ढकलले जात, पण काही पुढे ढकलणं शक्य नसे. उदा. नवरात्रात सादर होणारी रामलीला. एकदा निवडणुकीमुळे आचारसंहिता जारी झालेली होती, त्यामुळे साहेबाला सार्वजनिक कार्यक्रमात जाणं शक्य नव्हतं. त्यामुळे त्याने आधीच प्रमुख पाहुणा म्हणून कबूल करून ठेवलेल्या कार्यक्रमांची जबाबदारी माझ्या गळ्यात आली. वेगवेगळ्या मंडळांची रामलीला बघायला जाणं, रामरावणांचे मध्यंतरात सत्कार

करणं आणि सर्वांचं कौतुक करण्यासाठी पंजाबीत छोटं भाषण करणं हाही उद्योग मी केला. अशा प्रसंगी मोठी गंमत येई. मॅडम रामलीला बघताहेत, मंडळाचे पदाधिकारी हवं नको ते बघताहेत आणि आजूबाजूचे प्रेक्षक मॅडम कशा असतात हे बघताहेत - असा एकंदर सीन असे. राम-रावण-हनुमान इ. मंडळीही नेहमीपेक्षा अधिक 'कॉन्शस' होत - हे बघून मला गंमत वाटे. बरं, हे सत्कारसमारंभ मध्यंतरात होत, त्यामुळे साधारणत: सीताहरण झालं की, या पराक्रमाबद्दल रावणाचा सत्कार होई. तर काही वेळापूर्वीच सीतेच्या वियोगाने व्याकुळ झालेला राम आणि उदास असलेला लक्ष्मण सुहास्य वदनाने हारतुरे स्वीकारत. प्रेक्षक मात्र काही वाटून न घेता सत्कार संपले की पुन्हा रामलीलेत रममाण होत.

एक अनुभव मात्र खऱ्या अर्थाने संस्मरणीय आहे. एके ठिकाणी जिल्ह्याच्या सबडिव्हिजनमध्ये गाण्याची मैफल होती. तीत त्या रात्री ३-४ कार्यक्रम होते. रात्री ९ ला सुरू झालेली मैफल पहाटे किमान २-३ वाजेपर्यंत चालणार होती. श्री. संजीव अभ्यंकर यांचं गाणं ऐकण्यासाठी मी आवर्जून तिथे गेले. मुलं लहान असल्याने त्यांना घरीच झोपवलं होतं. तेवढं गाणं ऐकून परत येऊयात, असा विचार होता, कारण जिल्ह्याच्या ठिकाणाहून तिथे जायलाही जवळपास पाऊण तासाचा रस्ता होता. तिथे गेल्यावर कळलं की, अभ्यंकरांचं गाणं सगळ्यात शेवटी होतं. मला एवढा वेळ थांबणं शक्य नाही, हे उघड असल्याने 'एखादा कार्यक्रम ऐकून मी मध्येच जाईन' तुम्ही कार्यक्रम चालू ठेवा' अशी मी संयोजकांना कल्पनाही दिली. जराशा खट्टू मनानेच गाणं ऐकत असतानाच पहिला कार्यक्रम संपला आणि अचानक संजीव अभ्यंकर स्टेजवर आले. संयोजकांनी त्यांच्याशी चर्चा करून केवळ माझ्यासाठी त्यांचा कार्यक्रम बदलून घेतला होता. आणि त्या मोठ्या मनाच्या गायकाने ते मान्यही केलं होतं. गाण्याचा मी आनंद लुटला हे सांगायला नकोच. नंतर त्यांचा सत्कार करताना मी त्यांची माफी मागितली, तेव्हा सहजपणे ते म्हणाले, "तुम्ही एवढ्या लांबून खास आलात, म्हणून किरकोळ बदल केला एवढंच!"

अशा रीतीने अनेक अनुभव घेत आणि सहजीवनातही अनेक वळणं घेत घेत मॅडम घडत गेली. सहधर्मचारिणी म्हणून वैयक्तिक जीवनात बरोबर चालण्याचा अनुभव घेतानाच व्यावसायिक आयुष्यातही 'सहधर्म' निभावण्याचा अनुभवही पुरेपूर घेतला. आपलं पद, मिळालेला व्यापक अधिकार आणि त्यातून उभी राहणारी कल्याणकारी कामं याचं भान बाळगत दोघांनीही खूप काम केलं. बदल्यांमुळे अपुऱ्या राहिलेल्या कामांबद्दलची रुखरुख मनात राहिली, तरी

केलेली कामंही थोडीथोडकी नव्हेत. या केलेल्या कामांनीच अजून किती काम, मेहनत करणं आवश्यक आहे, हे महत्त्वाचे धडेही कायमसाठी दिले. ही संधी लाभल्याबद्दल देवाचे आभार मानावे तेवढे थोडेच आहेत. भेटलेल्या वेगवेगळ्या लहानमोठ्या सर्व प्रकारच्या माणसांनी जगणं समृद्ध केलं. बऱ्यावाईट प्रसंगांनी सगळाच प्रवास अर्थपूर्ण केला. आयुष्यात आपण काय कमावतो, असा विचार मनात आला की, पहिली आठवण वाटेवर भेटलेल्या माणसांची येते. अशा वेळी नशीब किंवा नियती तुमच्या आयुष्याचा प्रवास ठरवते म्हणतात - ते खरं असावं, असं वाटतं, इतकं या माणसांनी जगणं समृद्ध केलं. वरिष्ठ, कनिष्ठ, गुरू, शिष्य, सहकारी, हितशत्रू, रक्षक, मित्र, नेते, सामान्य नागरिक, नव्याने स्पर्धापरीक्षा देणारे उमेदवार... यादी अंतहीन आहे. आम्हाला घडण्याची आणि घडवण्याची संधी याच अनंत हस्तांनी दिली आणि अजूनही आमची अवस्था 'देता किती घेशील दो कराने' अशीच आहे. ती तशीच राहो एवढेच!

‘सूरज गुप्ता आणि मनजित कौर’ : गोष्ट मुलांची

प्रशासकीय सेवेत किंवा एकूणच अखिल भारतीय सेवांमध्ये आल्यानंतर प्रत्येक अधिकाऱ्याच्या आयुष्याची जडणघडण एका विशिष्ट पद्धतीने होत जाते. त्याची सेवा, त्याचं केडर, त्याचं कुटुंब, त्याची होणारी विविध पोस्टिंग्ज् या सगळ्यांचा त्यावर कुठे ना कुठे ठसा उमटल्याशिवाय रहात नाही. मॅडमच्या आयुष्यावरही त्याचा परिणाम होतोच आणि मुलंदेखील एका वेगळ्या प्रकारच्या वातावरणात वाढतात. कोणत्याही सर्वसाधारण मुलांपेक्षा त्यांची जडणघडण थोड्या वेगळ्या प्रकारच्या वातावरणात, अधिक आखीवरेखीव तऱ्हेने होते. इतर मुलांप्रमाणे त्यांच्या आजूबाजूला नेहमीच्या घडामोडी, तऱ्हेतऱ्हेचे आवाज, गप्पा, गोंगाट, हुंदडणं, मस्ती थोडी कमीच असते.

मुलांना वाढवणं ही कुठल्याही पालकांसाठी जितकी आनंदाची-अभिमानाची गोष्ट असते, तेवढीच ती कष्टाची आणि मेहनतीची असते. प्रत्येक वयात मुलांचे प्रश्न, त्यांची स्वप्नं, वेगवेगळ्या परिस्थितीवर असलेल्या त्यांच्या प्रतिक्रिया वेगवेगळ्या असतात. त्यामुळे पालक म्हणून आपणही मुलांसोबतच वाढत असतो. आमच्या मुलांना वाढवतानाही असे सर्व आनंद आम्ही उपभोगले, स्वत:ही खूप गोष्टी त्यातून शिकत गेलो. मुलांची हौसमौज, त्यांचे हट्ट, त्यांचे प्रश्न या गोष्टी तर अनुभवल्याच; पण काही प्रसंगी पालक म्हणून आपण अपयशी तर ठरत नाही ना, अशी भीतीही वाटून गेली. अजूनही वाटते. मुलांना वाढवताना मोकळं वातावरण, चांगल्या सवयी, चांगलं शिक्षण आणि मार्गदर्शक मित्र असलेले घरचे बाहेरचे लोक आवश्यक असतात.तसंच यश आणि अपयश दोन्हीही स्वीकारायला त्यांना शिकवणं मोठं कठीण असतं.

आमच्या बाबतीत किंवा कोणाही अधिकाऱ्याच्या कुटुंबाच्या बाबतीत म्हणूया हवं तर, मुलांचे पाय जमिनीवर ठेवणं आणि त्यांना सत्तेची अनावश्यक हवा लागू न देणं हे अधिकच महत्त्वाचं ठरतं. त्यांच्याही नकळत अधिकार आणि

सत्तेचे संस्कार त्यांच्यावर होत असतात. एका अर्थाने चांदीचा चमचा तोंडात घेऊनच ही बाळं जन्माला येत असतात. एरवीदेखील मुलांचे फाजील लाड करू नयेत, असं आपल्याकडे म्हणतातच. इथे मुलं जन्मल्यापासून त्यांचा शब्द झेलण्यासाठी माणसं उभी असतात. त्यामुळे प्रसंगी विशेष प्रयत्न करून त्यांना सामान्य आयुष्य द्यावं लागतं. या विशेष जीवनशैलीची दुसरी बाजू म्हणजे सामान्य आयुष्यातल्या बऱ्याच गमतीजमतींना ती मुकतात. आमच्या मुलांना, सामान्यत: बालपणीच्या काळात ज्या गमतीजमती सर्व मुलं करतात, त्या करता याव्यात म्हणून मात्र मी आवर्जून प्रयत्न केले. माती, पाणी, बैठे आणि मैदानी खेळ, झाडांवर चढणं, पोहणं, कातरकाम, दिवाळीतले किल्ले सगळं काही. जिथे जिथे बरोबरीची मुलं होती, तिथे तिथे सगळ्यांसाठी नाटक, वेगवेगळे खेळ, सहली, बागेतली पार्टी अशा गंमती केल्या.

आपण सर्वजण ज्या वातावरणात वाढलो, त्यात अत्यंत साधेपणा होता. मुलांनी घरातली छोटीमोठी कामं करणं, चालत किंवा सायकलींवर सर्वत्र फिरणं, तिकिटं काढण्यासाठी रांगेत उभं रहाणं, बस आणि लोकल्समध्ये धक्के खात प्रवास करणं, वेगवेगळी बिलं भरायला जाणं, सिलेंडर बदलायला, रद्दी विकायला जाणं यात काही विशेष आहे, असं आपल्याला कोणालाच वाटणार नाही. पण ज्या मुलांना समज यायला लागल्यापासूनच गाडी, नोकरचाकर इ. २४ तास उपलब्ध आहे, बिलं भरणं-सिलेंडर बदलणं हीसुद्धा कामं असतात हे ज्यांच्या खिजगणतीतही नाही, ज्यांची रिझर्वेशन्स काढून घरपोच येतात, नाटक-सिनेमा बघायला गेलं तर थिएटरमध्ये मॅनेजर स्वागताला स्वत: उभा असतो, सभा-समारंभात पहिली रांग ज्यांच्यासाठी कायम राखीव असते, शाळेतही ज्यांना थोडी वेगळी वागणूक मिळते; त्या मुलांना ह्या सर्व गोष्टी कायम मिळतील, असं नाही, त्यामुळे आपण आत्मनिर्भर असणं किती आवश्यक आहे हे समजावून सांगणं आणि व्यवहारात उतरवणं बऱ्यापैकी अवघड असतं.

मागच्या पिढीपेक्षा आर्थिक स्तर, सुखसुविधा उंचावलेल्या असतात. स्वातंत्र्य आणि संधींची उपलब्धताही अधिक असते. त्यामुळे क्वचित कधीतरी 'आमच्या लहानपणी असं नव्हतं...' हे भाषण चालून गेलं, तरी हळूहळू ते बोथट होत जातं. मुलांनी ती परिस्थिती बघितलेली-अनुभवलेली नसल्याने त्याची तीव्रता व गांभीर्य त्यांना तितकंसं जाणवतही नाही आणि ही परिस्थिती केवळ अधिकाऱ्यांच्याच नव्हे तर सर्वांच्याच मुलांच्या बाबतीत लागू पडते.त्यामुळे आपण आपल्या लहानपणच्या गोष्टी किंवा अडचणी एक सहज उल्लेख म्हणून

किंवा त्याकाळची परिस्थिती म्हणून सांगितली; तरी तो काळ मुलांवर लादू नये, असं मला मनापासून वाटतं. आपण या आठवणी सांगताना अगदी गंभीर आणि हळवे होतो, पण मुलांच्या दृष्टीने ती फक्त एक गोष्ट असते. त्यामुळे वारंवार या आठवणी सांगणं आणि त्यांना 'तुम्हाला मिळालेल्या सुखसुविधांची अजिबात किंमत नाही!' असं टोचत रहाणं याचा परिणाम बऱ्याचदा उलटा होतो.

अधिकाऱ्यांची मुलं बऱ्यापैकी कृत्रिम वातावरणात वाढतात. सुटे बंगले, वेगळ्या शासकीय वसाहती यामुळे भर वस्तीत राहून जे काही बरेवाईट संस्कार व्हायचे ते मुळीच होत नाहीत.सर्वसामान्य लोकांमध्ये मिसळणं अत्यंत मर्यादित असतं. जिल्हा पातळीपर्यंत तरी शाळा व खेळाचा क्लब किंवा प्रशिक्षण केंद्र वगळता मुलांसाठी बाह्य जगाचा संपर्क फारसा नसतो. घरात वावरणारा नोकरवर्ग खास पठडीतला, अदबीने वागणारा असतो. त्यामुळे बऱ्याचदा अशी मुलं खूप सुरक्षित, आखीवरेखीव जगणारी, एकाकी असतात-होतात. आईवडील जरी ही कमतरता पूर्ण करायचा प्रयत्न करत असले; तरी गल्लीलाईफ, वाडासंस्कृती किंवा कॉलनीतलं सहजीवन त्यांना फारसं मिळत नाही. मित्र असलेच तर तेही वर्तुळ अधिकारी कुटुंबांचंच. त्यामुळे बऱ्याचदा मुलांची व्यक्तिमत्त्वं एकांगी होऊन जातात. शिवाय केवळ ते मूल 'साहेबाचं' आहे, म्हणून सतत त्याच्यामागे एखादा नोकर किंवा आया ठेवण्याची एक सार्वत्रिक सवय मी पाहिली आहे. मूल अगदी रांगतं किंवा नुकतंच चालायला शिकणारं असेल; तर त्याने माती-पोपडे खाणं, प्लगपिनमध्ये हात घालणं असले उद्योग करू नयेत म्हणून त्याच्यावर अधिक लक्ष निश्चितच हवं. पण २-३ वर्षांचं आपापलं चालू फिरू शकणारं मूल मोकळं सोडलं पाहिजे. दुरून नजर ठेवावी फारतर. मोकळं मूल आसपासच्या जगाचा स्वतंत्रपणे शोध घेतं. बाग, झाडं, माती , पाणी, फुलं, फुलपाखरं यांचा आनंद घेतं. ते धडपडतं, लागून घेतं, मळतं, चड्डीत शी शू करतं - हे सगळं नैसर्गिकपणे होऊ दिलं गेलं पाहिजे, असं मला वाटतं. जी मुलं सतत नोकराच्या पहाऱ्यात वाढतात, ती नाजूक, परावलंबी आणि पोशाखी होतात असं माझं सर्वसामान्य निरीक्षण आहे. सतत बरोबर असणारा नोकर/आया मुलाला कायम स्वच्छ ठेवतो, पायात चपला घातल्याशिवाय मुलाला जमिनीवर पाऊल टाकू देत नाही. क्रिकेट खेळताना बाळाचे स्टंप उडणार नाहीत अशा बेतानेच बॉलिंग केलं जातं. सर्व वस्तू मुलाला जागेवर आणून दिल्या जातात. मूल पडलं आणि रडलं, त्याला लागलं; तर 'मॅडम' रागावतील - या भीतीने त्याला सतत सांभाळलं जातं. ते जरासं शिंकलं-खोकलं, तरी सिव्हिल हॉस्पिटलमधून

डॉक्टर बोलावले जातात. अशा वातावरणात मुलं एखाद्या बॉन्सायसारखी वाढतात. बरं, दोन भावंडं असली, तर निदान एकमेकांना घरातच शत्रू आणि मित्र मिळतो. एकटं मूल मात्र बऱ्याचदा संपूर्ण घराचा हट्टी, आक्रमक आणि डरपोक राजा बनून रहातं. शिवाय त्यांची आईदेखील आपण अधिकाऱ्याची बायको आहोत आणि हे अधिकाऱ्याचं मूल आहे, या मेमसाहेबी कल्पनेतून बाहेर पडू शकली नाही; तर तिची अवस्थाही जाहिरातींमधल्या सतत 'किटाणू' साफ करणाऱ्या किंवा मुलांच्या शारीरिक-बौद्धिक वाढीसाठी पळत राहणाऱ्या आयांसारखी असते. हाताखाली भरपूर नोकरवर्ग असल्याने असले चोचले पुरवणंही शक्य असतं, किंबहुना अतिरिक्त नोकरवर्ग असल्यामुळेच असल्या गोष्टी जास्त सुचतात. सतत हुकूम सोडत राहणारी मुलं, आपल्या म्हणण्याला विरोध होऊ शकतो किंवा नकारही मिळू शकतो ही गोष्ट पचवू न शकणारी मुलं अशा घरांतून सर्रास दिसतात.

याबाबतीतही अनेक अनुभव खूप शिकवणारे ठरले. अर्थात हे अनुभव सार्वत्रिक म्हणता येणार नाहीत, पण विशेष लक्षात राहतील असे जरूर होते. आमचं पोस्टिंग असलेल्या एका जिल्ह्यात एका पोलीस अधिकाऱ्याने आपल्या मुलांसोबत खेळण्यासाठी ११ कॉन्स्टेबल्सची एक टीमच आपल्या सरकारी बंगल्यात नेमून ठेवलेली होती. कायदा व सुव्यवस्था राखण्याची जबाबदारी असलेल्या पोलीस दलातील हे ११ कर्मचारी दिवसभर तिथे नुसते बसवून ठेवले जात. मुलांची मर्जी होईल, त्यानुसार क्रिकेट चाले. काही ठिकाणी हे कॉन्स्टेबल्स् मॅडमसाठी शिंपी, कपड्यांची दुकानं इ. ठिकाणी चकरा मारत रहाण्याचं काम करताना दिसत. अशा वेळी खूप आश्चर्य वाटे, अस्वस्थता येई. अधिकारी अशा पद्धतीने वागू शकतात आणि या गोष्टी बिनबोभाटपणे चालून जातात, याचं आजही आश्चर्य वाटतं.

हे सगळं पाहून आमच्या मुलांना सर्वसामान्य मुलांप्रमाणेच वाढवण्याचा प्रयत्न आम्ही मनापासून केला. हा एक विचारपूर्वक घेतलेला आणि आवश्यक असा निर्णय होता. वारंवार होणाऱ्या बदल्यांमुळे त्यांच्या शाळाही सतत बदलल्या. प्रत्येक नव्या शाळेत मुख्याध्यापक आणि शिक्षकांना आम्ही आवर्जून हे सांगत असू की, आमच्या मुलांनाही इतर मुलांसारखं वागवा. त्यांना कुठलीही विशेष सुविधा किंवा विशेष स्थान देऊ नका. मुलं चुकीचं वागली, तर जरूर शिक्षा करा. मुलांनाही हे वारंवार सांगितलं गेलं की, तुम्ही सर्वांशी नीट बोललं पाहिजे, वागलं पाहिजे, सर्वांमध्ये मिसळलं-खेळलं पाहिजे. तुमच्यावर सर्वांशी नीट वागण्याची अधिक जबाबदारी आहे. सर्व प्रयत्न करूनदेखील शाळांमध्ये

सर्वांनाच अखेर ही कुणाची मुलं आहेत, हे कळायचंच. त्यामुळे मुलं घरी आल्यावर कधी कधी सांगायची की, 'आई, सुट्टीत आम्ही सगळे खेळत असलो की इतर वर्गातली मुलं आम्हाला बघत उभी राहातात. 'देख वो है डी.सी.दा.बेटा' (बघ तो आहे कलेक्टर/डेप्युटी कमिशनरचा मुलगा) असं म्हणून बोट दाखवतात. मग आम्हाला खूप विचित्र वाटतं.

मुलं मोठी होत गेली तशी घरात स्वयंपाकी वगैरे असूनही मी त्यांना भाज्या चिरणं, ऑम्लेट बनवणं, चहा सरबत करणं, टेबलावर ताटं वाट्या लावणं, श्रीखंड-पुरण वगैरे यंत्रातून फिरवून देणं अशी कामं गंमत आणि खेळ म्हणून शिकवली. आपले मोजे आणि रूमाल धुणं, बुटांना पॉलिश करणं, कुत्र्याला फिरवणं, आंघोळ घालणं, खाण्याचा ट्रे, पाण्याचे ग्लास पाहुण्यांना नीट देणं या गोष्टी ती हौसेनी करू लागली. जिल्ह्यांमधली पोस्टिंग्ज संपूवन राजधानीच्या ठिकाणी आल्यावर घरंही आकाराने लहान झाली आणि नोकरवर्गही खूप कमी झाला. तेव्हा दुधाच्या पिशव्या, ब्रेड घेऊन येणं वगैरे कामं त्यांना मुद्दाम करायला लावली. इतकंच काय पण सफाईवाली बाई सुट्टीवर गेली तेव्हा आपली आई घर झाडतीय हे दिसल्यावर दोघांनी बाह्या सरसावून झाडू मारून भराभर फरशाही पुसून दिल्या. माझ्या त्यांच्याकडून या बाबतीत दोनच अपेक्षा होत्या, आहेत आणि राहतील. एक म्हणजे स्वत:चं सर्व काम स्वत:ला आलं पाहिजे- त्याची घाण न वाटता आणि दुसरं म्हणजे हे काम मुलाचं, ते मुलीचं किंवा ही घरातली फालतू कामं आणि ती बाहेरची महत्त्वाची कामं असा कुठलाही गंड त्यांच्यात पैदा होऊ नये. ह्या अपेक्षा आत्तापर्यंत तरी बऱ्यापैकी पूर्ण झाल्या आहेत असं मला वाटतं.

मुलांच्या वाढत्या वयात उद्भवणारा आणखी एक प्रश्न म्हणजे इतरांशी तुलना. वाढदिवस किंवा पार्ट्यांच्या निमित्ताने इतर घरांमध्ये जाणं झालं की त्या अमक्याकडे कपाट भरून खेळणी आहेत, बुटांचे १५-२० जोड आहेत, तो अमका दररोज वेगळ्या महागड्या गाड्यांतून येतो, हा इतक्या वेळा परदेशी जाऊन आलाय अशा गोष्टी पंजाबसारख्या राज्यात वारंवार अनुभवास येत. मुलांना अशा गोष्टींचा मोह पडे. अशा वेळी त्यांची समजूत घालावी लागे. सगळं समजण्याइतकं त्यांचं वयही नव्हतं. त्यावेळी या वस्तू नसल्याने आपल्या आनंदात काही उणेपणा रहात नाही हे समजावणं एक मोठंच कोडं असे. आपले वडील मोठे अधिकारी आहेत, आपली आई स्वतंत्रपणे खूप काम करते आहे, आपलं घर-वातावरण इतरांपेक्षा खूप वेगळं आहे, आपल्या आईवडिलांना सर्व ठिकाणी प्रचंड आदरानी वागवलं जातं, आपण कोणीतरी विशेष महत्त्वाचे

आहोत ही जाणीवही मुलांना असे, तरीही घरातलं वातावरण आणि बाहेरचा मायाबाजार या कात्रीत मुलं बऱ्याचदा सापडत. एका मर्यादेबाहेर त्यांची समजूत पटत नसेलही कदाचित पण तो ही त्यांच्या (आणि आमच्याही) वाढण्याच्या प्रक्रियेचा एक भाग आहे अशी आम्हीही स्वतःची समजूत काढून घेतली.

कधी कधी आमच्या अगदी जवळच्या वर्तुळातले अधिकारी भ्रष्ट मार्गाने जाणारे असत. एका केडरचे अधिकारी असल्याने अशा बातम्या लपून रहात नसत. मुलांना त्यांच्या घरातले सामानसुमान, गाड्या, मुलांचे महागडे कपडे व खेळणी आणि आमच्या घरातले सामान यांतला फरक कळत असेच. अर्थात यावर चर्चाही होई. अशा वेळी त्या अधिकाऱ्यांबद्दल कोणतेही वाईट उद्गार न काढता पण जेवढी शक्य होईल तेवढी मुलांना योग्य परिस्थितीची कल्पना द्यावी लागे. हा मोठाच कसरतीचा उद्योग ठरे. तरीही याबाबत पालक म्हणून आम्ही शक्यतो पूर्ण प्रयत्न केले. पालक म्हणून मुलांवर आपण करत असलेले किंवा करायचा प्रयत्न करत असलेले संस्कार बाह्य गोष्टींमुळे कसे चटकन कमकुवत ठरू शकतात याचाही अंदाज आला.

आपल्या लहानपणी घरातल्या आर्थिक बाबींची चर्चा सहसा मुलांसमोर होत नसे. काही अडचण उद्भवली तरी अगदी नाईलाज झाल्याखेरीज मुलांना त्याची कल्पना दिली जात नसे. काळ बदलला तसा मुलं आणि पालकांमधील नातंही अधिक मित्रत्वाचं होत गेलं. या मित्रत्वाच्या नात्याने संवादही अधिक खुलेपणाने होऊ लागले. आमच्या घरातही आपण अमेरिकेला फिरायला का जाऊ शकत नाही? आपण मर्सिडीज का घेत नाही? बाबा तुला पगार किती आहे? असे प्रश्न विचारण्यात काही गैर आहे असं मुलांना वाटत नसे. अशा वेळी मुलांनी एखाद्या गोष्टीसाठी अतिरेकी हट्ट केला, तर ती घेणं आपल्याला शक्य नाही, गरजेचंही नाही हे त्यांना स्पष्टपणे सांगावं लागे. आपल्या उत्पन्नाबाहेर आपण एका मर्यादेपलीकडे उगीचच खर्च करू शकणार नाही, हेही पटवून द्यावं लागे. म्हणजे तसा प्रयत्न करावा लागे.

आपली मोठाली घरं, गाडी, नोकरवर्ग आपण स्वतःच्या खर्चातून चालवायचे म्हटले तर किती प्रचंड खर्च होईल? हे सगळं बाबा अधिकारी असल्याने तुम्हाला मिळतंय याची जाणीव करून देण्याचा प्रयत्न आम्ही केला. तुम्हाला यापुढची स्वप्नं पहायची असतील, तर स्वतःलाही अभ्यास आणि मेहनत करावी लागेल हेही सांगितलं. आणखी थोड्या मोठ्या वयात मी एकेकाला माझ्यासोबत भाजी आणायला न्यायला सुरुवात केली. ५०० रुपये सुटे करून त्यांच्या खिशात ठेवलेले असत. भाजी निवडून घ्यायची

आईच्या मदतीने पण हिशोब स्वत: करायचा असं ठरलेलं. त्यामुळे हिशोबही समजायला लागला. ५०० रुपये किती झटकन संपतात हेही कळायला लागलं मग बऱ्याचशा मागण्या आपोआपच कमी व्हायला लागल्या.

पंजाबसारख्या समृद्ध राज्यांमध्ये दिवाळी, नववर्षासारख्या निमित्ताने लोक अधिकाऱ्यांना भेटायला येतात. हेच निमित्त साधून अत्यंत महागड्या गोष्टी भेट म्हणून देण्याची प्रथाही तिथे चांगलीच रूजलेली आहे. संधीसाधूंच्या दृष्टीने तो साहेबाच्या जवळ जाण्याचा राजमार्ग असतो. या भेटवस्तूंमध्ये दारूच्या विदेशी बाटल्यांपासून हिऱ्यांच्या दागिन्यांपर्यंत आणि इलेक्ट्रॉनिक गॅझेटसपासून शोभेच्या वस्तूंपर्यंत सर्व गोष्टींची देवाणघेवाण होते. अशा सर्वांना प्रवेशद्वाराच्या बाहेरूनच परत पाठवलं जातं किंवा आत येण्याची परवानगी दिली, तर रिकाम्या हातानेच येऊ दिलं जातं हे बघितल्यावरही तुम्ही लोकांना परत का पाठवता असं मुलांनी विचारलं. तेव्हा एकतर मनापासून शुभेच्छा देण्यासाठी महागड्या भेटवस्तूंची काही गरज नसते, तर व्यक्तीच्या भावना महत्त्वाच्या असतात हे सांगितलं. खेरीज ज्या गोष्टी आपल्याला परवडतात त्याच आपण वापरूयात, अशा महागड्या गोष्टी आपण घेत गेलो, तर आपल्याला त्याची सवय लागेल, हाव सुटेल. शिवाय त्या आणणारे सगळेच लोक चांगले असतात असं नव्हे. मग लोकांना फसवणाऱ्या लोकांकडून आपण काही घ्यावं का? हा विचारही त्यांना पटत गेला. मुलांपासून अशा गोष्टी ती लहान आहेत म्हणून लपवू नयेत असं आमचं हळूहळू मत बनलं. आपले विचार आणि मतं त्यांना समजेल अशा भाषेत सांगितल्यावर त्यांना ते लवकर कळतं हेही जाणवलं.

चाईल्ड वेल्फेअर कौन्सिलतर्फे ज्या सांध्यशाळा चालायच्या त्या बहुतांश अत्यंत गलिच्छ वस्तीत होत्या. 'आई तू त्या घाणीत का जातेस? तुला काही समजत नाही' अशा मोठ्या मुलाच्या पहिल्या प्रतिक्रियेनंतर मी एकदोनदा समजावून सांगत त्याला माझ्यासोबत नेलं. त्या मुलांची स्थिती किती वाईट आहे तरी ती शिकण्यासाठी धडपडतायत हेही त्याने पाहिलं. त्यानंतर जेव्हा त्याचा वाढदिवस आला तेव्हा 'आपण तुझ्या मित्रांना बोलावून त्यांच्यासाठी पार्टी करणार, त्या सर्वांकडे कुठल्याच गोष्टींची कमी नाहीय. मग ज्या मुलांकडे काहीच नाहीये त्यांना तुझ्यातर्फे काही देऊयात का आपण?' असं विचारल्यावर ६-७ वर्षांच्या त्या मुलाने घरी पार्टी नको, आपण त्या मुलांनाच काहीतरी देऊयात असं सांगितलं. माझ्या दृष्टीने एवढ्या लहान मुलाने दाखवलेला हा समजूतदारपणा मोठा आश्चर्यकारक होता. त्याला दोन्ही प्रकारचा आनंद मिळावा म्हणून मग घरी छोटीशी पार्टी करून मग त्या सायंशाळेतल्या मुलांसाठीही

आम्ही पुस्तके आणि खेळणी नेली.

मुलांच्या आणखीही कितीतरी आठवणी आहेत ज्यातून आमच्या कामांचा त्यांच्या जडणघडणीवर कसा परिणाम होत गेला, यावर प्रकाश पडू शकतो. फॅमिली कौन्सिलिंग सेंटरमध्ये आलेल्या केसेस, घरेलू हिंसाचाराच्या केसेस याच्याबाबत बऱ्याचदा घरी चर्चा होत, वेळीअवेळी हिंसाचाराची शिकार झालेल्या महिलांचे, त्यांच्या माहेरच्या लोकांचे मदतीसाठी फोनही येत. साहेबाची, त्याच्यामार्फत पोलिस खात्याची अशा केसेसमध्ये तातडीने मदत पोहोचवायची असल्यास फार मदत होई. त्यामुळे मुलांना अशा गोष्टींपासून फार वेगळं ठेवणं शक्य नव्हतं किंवा तशी कधी फार गरजही वाटली नाही. त्याच दरम्यान घरात मुलांच्या आत्याच्या लग्नाची चर्चा चालू होती. याही चर्चा कधी कधी मुलांसमोर होत. हळूहळू आत्याच्या लग्नाला मुलांनी ठाम विरोध करायला सुरुवात केली. मुलांना तिचा फार लळा असल्याने ती लग्न करून दुसऱ्या घरात जाणार ते त्यांना नको असेल, अशी आपली माझी समजूत. त्यामुळे मी आपली 'अरे ती काय कायमची थोडीच जाणार आहे. ती आपल्या घरी येत जात रहाणार, शिवाय, आणखी एक नवं घर, नवे लोक आपल्या कुटुंबाचा हिस्सा होणार' वगैरे वगैरे त्यांना समजावून सांगितलं. थोडीशी समजूत पटली तरी पूर्ण समाधान झालेलं नाही हे लवकरच दिसून आलं . शेवटी मी एकदा दोघांना समोर बसवून त्यांच्या कलाने घेऊन चर्चा केली तेव्हा खरं कारण समोर आलं आणि ते उत्तर मला खूप काही शिकवून गेलं. हुंडाबळी, घरेलू हिंसाचार यांच्या चर्चा ऐकून त्यांना आपल्या आत्याला असा काही त्रास झाला, तर अशी भीती होती. म्हणून तिचं लग्नच करायला नको असा विचार त्यांच्या भाबड्या मनांत होता. असं काही होणार नाही याची खात्री केल्याशिवाय आपण पुढे जाणारच नाही, असं समजावल्यानंतर मग विरोध संपला.

आपण कामांची चर्चा मुलांसमोर करतो हे बरोबर की चूक असा प्रश्न खूप काळ मनात रेंगाळत राहिला. सामाजिक कुप्रथांची, सामाजिक प्रश्नांची जाणीव मुलांना असलीच पाहिजे, असं एक मन म्हणत होतं. ही मुलं फारच वेगळ्या आणि सुरक्षित वातावरणात वाढल्याने त्यांना अशा गोष्टींबद्दल आवर्जून माहिती दिली पाहिजे, असंही वाटत होतं. एका अधिकाऱ्याची मुलं म्हणून त्यांच्यावर प्रश्न माहीत करून घेण्याची, त्याबाबत विचार करण्याची अधिक जबाबदारी आहे, असंही वाटत होतंच. हे वय अशा गोष्टी कळून घेण्यासाठी योग्य आहे की नाही, असंही वाटलं. प्रत्येक मुलाची वाढ, आसपासचं वातावरण, त्याची परिपक्वता एकसारखी नसते आणि नसणार. त्यामुळे सामाजिक प्रश्न आणि समस्या

समजावून घेण्याचे वय तरी कसे ठरवणार? मला या प्रश्नाचे उत्तर सापडले नाहीच.

आमचं शेंडेफळ थोडं वेगळ्या वळणाचं आहे. त्याच्या मनात नेहमी वेगळ्याच शंका येत असत. साधारण चार एक वर्षांचा असताना त्याच्या लक्षात आलं की, गाडीमध्ये बाबांची आणि आईची बसायची जागा ठरावीक असते. आई गाडीत नसेल, तरी एरवीसुद्धा बाबा त्याच ठरावीक जागी बसतात. मग त्याने इतर अधिकाऱ्यांच्या गाड्यांचं निरीक्षण केलं असावं, कारण त्याच्या लक्षात आलं की, इतर अधिकारीसुद्धा गाडीत त्याच जागी बसतात, जसे आपले बाबा बसतात आणि बायका दुसऱ्या शेजारच्या सीटवर बसतात. दुसऱ्या सीटवरची माणसं बदलली, तरी अधिकाऱ्याची सीट तीच रहाते. झालं, मग बाबांची उलटतपासणी सुरू झाली, "तू याच सीटवर नेहमी का बसतोस?" वगैरे. मग बाबाने सांगितलं, "गाडीच्या मागच्या बाजूची डावीकडची सीट सर्वात सुरक्षित असते. गाडी चालताना ड्रायव्हरची बाजू रस्त्यावरच्या वाहतुकीकडे येते. त्यामुळे समोरून किंवा मागून धडक बसल्यास ड्रायव्हर आणि त्याच्या मागची सीट धोक्यात येते. म्हणून अधिकारी मागच्या सीटवर उजव्या बाजूला कधी बसत नाही, तो नेहमी डाव्या सीटवर बसतो. शिवाय त्याच्या पुढच्या सीटवर सुरक्षारक्षक बसतो. तो सुरक्षारक्षकही चटकन उतरून दार उघडतो किंवा इतर मदत करू शकतो. किंवा हल्ला वगैरे झाल्यास तो चटकन अधिकाऱ्याला सुरक्षाकवच पुरवू शकतो." एवढं सगळं सांगितल्यावर चिरंजीवांचं समाधान होईल, अशी अपेक्षा होती. त्याने मात्र ड्रायव्हरच्या बाजूच्या गाडीचा उजवीकडचा हिस्सा असुरक्षित असतो आणि त्यामुळे आपला बाबा आणि इतर 'पुरुषमंडळी' डाव्या बाजूला बसतात, मग अर्थात आई किंवा इतर बायका या गाडीतल्या असुरक्षित सीटवर बसतात - असा अर्थ लावला. "हं, म्हणजे जर काही अपघात झाला, तर मग नेहमी बायकांनीच मरायचं तर!" असे उद्‌गार काढून चिरंजीव आपल्या आईबाबांना आश्चर्यचकित करून निघून गेले.

नंतर एकदा मी माझी ओळख सौ. नीलकंठ अशी का करून देते, यावर माझी उलटतपासणी झाली. माझं उत्तर असं होतं की, औपचारिक किंवा इतर कार्यक्रमांत बाबांना ओळखणारे लोक जास्त असल्यामुळे माझं नाव सांगण्यापेक्षा, जे उच्चारायला लोकांना अवघड जातं त्यापेक्षा ही ओळख चटकन लोकांच्या लक्षात येते. यावर त्याचं म्हणणं असं, "तू तुझं नाव सांगितलं पाहिजेस. लोकांना ते उच्चारता नाही आलं तरी चालेल, ते शिकतील. पण तुझी सौ. अमुक अमुक ही ओळख चुकीची आहे." मलाही ते विचारांती

पटलं. आपला मुलगा स्त्रीवादी किंवा फेमिनिस्ट विचारसरणीचा आहे, याचा आनंदही झाला. आपल्याला लहान वाटणारी मुलंदेखील किती प्रगल्भपणे विचार करीत असतात, हे मुलांच्या या किश्श्यांमधून लक्षात येतं. मुलं वेगळ्या पद्धतीने विचार करणारी आहेत, याचं कौतुकही वाटतं.

आमच्या बदलीचक्राने मुलांचं शिक्षण आणि त्यांचं सगळंच चक्र बऱ्याचदा विस्कळित झालं. पण त्यामुळेच ती कुठेही रुळून जायला शिकली. एकदा तर सव्वा वर्षात सहावेळा बदल्या झाल्या. एवढ्या काळात आम्ही ३ घरं आणि २ विश्रामगृहांमध्ये राहिलो आणि मुलांच्या चार शाळा बदलल्या. प्रत्येक बदलीनंतर आता नव्या ठिकाणी शाळेत पुन्हा रुळायला किती त्रास होईल, या भीतीने माझ्याच पोटात तुटायचं. पण मुलं ढिम्म असत. उलट बरं झालं, आता आधीच्या शाळेतलं होमवर्क टळलं म्हणून आनंदोत्सव साजरा होई. नंतर तर वारंवार शाळा बदलणं हा काहीतरी गमतीचा भाग असून ५-६ महिने झाले आणि गृहपाठ दणकून मिळायला लागला की, 'बाबा, आता तुझी बदली का होत नाहीये?' म्हणून विचारणा होऊ लागली. मोठ्यांच्या जगात लहान मुलांचं एक स्वतंत्र, स्वच्छंदी, मजेशीर जग असतं आणि त्याचा आपल्याला थांगपत्ताही नसतो हे खरंच. फक्त वाईट एवढंच वाटत असे की, एकाच शाळेत शिकणाऱ्या मुलांची त्यांच्या बालमित्रांसोबत जी घट्ट मैत्री टिकून राहते, त्याला ही मुलं मुकली. शिवाय जुन्या शिक्षकांसोबतचे जे लागेबांधे आम्ही आजही अनुभवतो, तसे लागेबांधे एखादा अपवाद वगळता मुलांना मिळू शकले नाहीत. आपले आई-बाबा, मामा, आत्या सगळे एकाच शाळेत शिकले आणि त्यांचे सर्व शिक्षकही बहुतांश तेच होते, ही गोष्ट त्यामुळे मुलांना गमतीची वाटे.

मुलं ८-९ वर्षांची होईपर्यंत त्यांना आपले वडील नक्की काय आहेत आणि त्यांचं पद खूप मोठं आणि मानाचं आहे, हे कळायला लागलं होतं. त्यामुळे आपल्याला कोणीही चटकन् ओळखतं, हेही लक्षात यायला लागलं होतं. मग एक वेगळा टप्पा सुरू झाला. आपल्याला कोणीही ओळखू नये याचा! नव्या शाळेत नवे शिक्षक, मुलं सर्वजण नव्या मुलाचं नाव विचारायची. मुलांची नावं पंजाबी नावांपेक्षा एकदमच वेगळी, उच्चारायला अवघड; त्यामुळे ती सर्वांच्या जिभेवर रुळायची नाहीत. मग आपोआपच 'तुम्ही कुठले? वडील काय करतात?' हे प्रश्न यायचे. मुलगा कोणाचा कोण, हे कळलं की, एकदम समोरच्याचं वागणं बदलायचं. शिवाय आपल्यासारखं 'नाव-वडिलांचं नाव-आडनाव' अशा क्रमाने लिहायची तिकडे पद्धत नसल्याने आणखी गोंधळ

व्हायचा. बाबांच्या पदामुळे आपल्याला अकारण मिळणारं महत्त्व आणि कुणालाही नीट उच्चारता न येणारं आपलं नाव याचा मोठ्या मुलाच्या मनात संताप संताप झाला. तो भयंकर वैतागला. त्यानंतरच्या दिवसांत एक नव्या शिक्षिका आल्या. नवीन प्रवेश घेतलेला एक नवा मुलगा वर्गात आलाय, तो कोणाचा कोण आहे, हे त्यांना आधीच माहीत होतं. वर्गात आल्यावर त्यांनी नव्या मुलाशी ओळख करून घेणं आणि त्याचा बुजरेपणा घालवण्यासाठी त्याच्याशी गप्पा मारायला सुरुवात केली. नवी शाळा तुला कशी वाटली? आधी कुठल्या ठिकाणी कुठल्या शाळेत होतास? इ. इ. 'तुझं नाव काय?' असं विचारल्यावर चिरंजिवांनी उत्तर दिलं, 'सूरज गुप्ता'. त्या आश्चर्यचकित झाल्या. 'रजिस्टरमध्ये तर तुझं नाव असं असं लिहिलं आहे. मग तू वेगळं नाव का सांगतोयस?' असं विचारल्यावर तो हिरमुसून म्हणाला, "माझं नाव इथे कोणालाच नीट उच्चारता येत नाही, सगळे मला सारखे प्रश्न विचारतात, म्हणून मी माझं नावच बदललंय!" सुदैवाने बाई समजूतदार होत्या. "आपण सर्वांना तुझं नाव नीट उच्चारायला शिकवूयात, तू काळजी करू नकोस." असं म्हणून त्यांनी विषय संपवला. पालकसभेत जेव्हा हा किस्सा त्यांनी ऐकवला, तेव्हा मी आश्चर्याने थक्कच झाले. मुलं बिचारी कशाकशातून जात असतात! पालक म्हणून बऱ्याचदा या गोष्टी आपल्यापर्यंत पोहोचतच नाहीत. मला वाईट वाटलं. अर्थात पुढे तो शाळेत रुळला आणि त्याने पुष्कळ मजाही केली, पण त्याच्यासाठी अशा पद्धतीने निर्माण झालेला तो पेचप्रसंग माझ्या मनावर चरा उमटवून गेला.

त्यानंतर काही वर्षांनी एके ठिकाणी एका छोट्या स्नेहसंमेलनात आम्ही काहीजणी गप्पा मारत बसलो होतो. मुलांचा विषय निघाला. प्रत्येकजण आपापल्या मुलांच्या गमती सांगू लागली. मुलं कशा कशा परिस्थितीतून जात असतात बघा, म्हणून मी वरचा किस्सा सांगितला. सगळ्यांची हसून हसून पुरेवाट झाली. माझं बोलणं ऐकून मुळात आंध्र प्रदेशच्या असलेल्या एका मॅडमनी मला सांगितलं की, अगदी असाच किस्सा त्यांच्याकडेही घडला 'ए.व्ही. वसुधा' नाव असलेल्या त्यांच्या मुलीच्या शाळेत ए.व्ही. म्हणजे काय, हे कुणाला नीट कळेना. हे आडनाव आहे, वडिलांचं नाव की गावाचं नाव? स्पष्टीकरण देऊन देऊन वैतागल्यावर त्या मुलीने काही दिवसांनी कुणीतरी नाव विचारल्यावर सरळ 'मनजित कौर' सांगून टाकलं. स्वतःच्या नावाचं हे पंजाबी सुलभीकरण तिला नकोशी ओळख आणि स्पष्टीकरणाचा वैताग या दोन्हीतून मुक्तता देऊन गेलं. आता हसून पुरेवाट व्हायची पाळी माझी होती.

प्रसारमाध्यमांचे हल्ले

आजच्या युगात प्रसारमाध्यमं हा सर्वांच्याच खाजगी आणि सार्वजनिक आयुष्यावर परिणाम करणारा घटक बनला आहे. आसपास घडणाऱ्या प्रत्येक घडामोडीचा आणि प्रत्येक छोट्यामोठ्या घटनेचा बाजार करणाऱ्या या युगात कुठल्या गोष्टीची कधी बातमी होईल आणि नुसती बातमी नव्हे तर 'ब्रेकिंग न्यूज' होईल, याची काहीही शाश्वती नसते. २४ तास चालणाऱ्या वृत्तवाहिन्यांवर सतत नव्या बातम्या देणं ही अवघडच गोष्ट असते. त्यामुळे बातम्या शोधल्या जातात, जबरदस्तीने निर्माण केल्या जातात. अत्यंत किरकोळ आणि दुर्लक्ष करायच्या लायकीच्या गोष्टींवर राष्ट्रीय महत्त्वाचा मुद्दा असल्यासारखा सुमार चर्चा घडवल्या जातात. त्या लोकांनी ऐकाव्यात, म्हणून त्यांना सनसनाटी बनवण्याचा प्रयत्न होतो. सामान्य माणूस प्रसारमाध्यमांकडून मिळणाऱ्या माहितीवर सहसा चटकन विश्वास ठेवतो. त्यामुळे बातम्या आणि विशेषत: ब्रेकिंग न्यूज पोहोचवताना आत्यंतिक संयमाची गरज असते. परंतु असं घडत नाही. व्यावसायिक मूल्यांचंही भान बऱ्याचदा बाळगलं जात नाही आणि त्या नादात लोकांच्या खाजगी आयुष्यावरही बऱ्याचदा आक्रमण होतं.

बातम्यांच्या या झंझावाताचा हल्ला सरकारी अधिकाऱ्यांवरही होत असतो. त्यांना 'बाबू' म्हणून हिणवलं जातं. सरकारी काम म्हणजे असंच असणार, असं 'गृहित' धरलं जातं. प्रत्येक सरकारी अधिकारी थोडा फार तरी पैसे खाणारच, भ्रष्ट असणारच, असं मानलं जातं. इतकंच काय पण सामान्यपणे कार्यकाल पूर्ण झाल्यावर ज्या बदल्या होतात, त्याच्याही बातम्या 'अमका अधिकारी कार्यकाल पूर्ण झाल्यानंतर या पदावरून बदली होऊन दुसऱ्या विभागात रुजू आणि त्याच्या जागी तमका अधिकारी तिथे रुजू' अशा न छापता 'अ अधिकारी या विभागातून बाहेर आणि आता ब अधिकारी तिथे पाठवला गेला' अशा प्रकारे मुद्दाम छापली जाते. सामान्य वाचकाचा यामुळे पहिल्या अधिकाऱ्याने काहीतरी

उद्योग करून ठेवल्याने त्याला तेथून बदलून दुसरा प्रामाणिक अधिकारी तिथे नेमला आहे, असा अगदी सहजपणे गैरसमज होतो. दुसरीकडे याचाच विपर्यास म्हणजे एखादा कार्यक्षम, प्रामाणिक अधिकारी असल्यास त्याचा इतका उदो उदो केला जातो की, जणू काही त्यानं प्रामाणिक असणं हा त्याच्या विशेष गुणवत्तेचाच एक भाग आहे.

सरकारी सेवा (नोकरी) मग ती कुठल्याही दर्जाची, कुठल्याही पातळीवरची असो, ती मिळवण्यासाठी मारामारी असते. आर्थिकदृष्ट्या सबल असलेले लोक सरकारी शाळांत प्रवेश घेत नाहीत, सरकारी दवाखान्यांत जात नाहीत, सरकारी योजना आणि प्रकल्पांना नावं ठेवतात, सरकारी वाहतूकव्यवस्था नाइलाज असल्याखेरीज वापरत नाहीत; पण नोकरी मात्र सरकारीच हवी असते. त्यामागचा एकमात्र उद्देश म्हणजे नोकरीची शाश्वती. एकदा शिरलात की, तुम्हाला सहजासहजी कोणी काढू शकत नाही. त्यामुळे एकदा पक्की सरकारी नोकरी मिळाली की, तुमचा कामचुकारपणा, अकार्यक्षमता, भ्रष्ट आचरण सगळं काही खपून जातं. एकदा पक्क्या सरकारी नोकरीची शाश्वती मिळाली की, बरेच कर्मचारी आणि अधिकारी इतर उद्योगांना लागतात. रिअल इस्टेटीचे व्यवहार, बायकोच्या/नवऱ्याच्या नावावर पतसंस्था किंवा विमाव्यवसाय, शेती करणं, एखादी एजन्सी घेणं - असे उद्योग सुरू होतात. त्यामुळे नोकरीमध्ये आवश्यक असणारा स्वत:चा व्यावसायिक विकास, कामातील कौशल्यवृद्धी, सततचं शिक्षण याकडे दुर्लक्ष होतं. तंत्रज्ञान विकासामुळे वेगाने होत असलेल्या बदलांकडे दुर्लक्ष होतं. विकसित तंत्रज्ञानामुळे शासकीय-प्रशासकीय कामकाजाच्या पद्धतींमध्येही खूप बदल झाला आहे, होत आहे. या बदलांशी जुळवून घेणं, त्यांचा फायदा जनतेपर्यंत पोहोचवणं यासाठी प्रयत्न होत नाहीत. या सर्व गोष्टींसाठी जो वेळ द्यावा लागतो व मेहनत करावी लागते, त्याकडे सहसा लक्ष दिलं जात नाही. जी नोकरी लोकांच्या दैनंदिन आयुष्याशी थेट संबंधित असते, ती अत्यंत बेमुर्वतखोरपणे कशी केली जाऊ शकते, हा खरा प्रश्न आहे. पण त्याकडे फारसं लक्ष दिलं जात नाही, लक्ष वेधलं जात नाही.

अखिल भारतीय सेवांमधील आयएएस, आयपीएस सारखी पदं मिळवणं हे अनेकांचं स्वप्न असतं. उपलब्ध जागा आणि स्पर्धा पाहता ते सर्वांना मिळत नाही; पण म्हणून काही कोणाला तो जिथे कुठे असेल ते काम चोखपणे करण्यापासून कोणी रोखलेलं नसतं. दुर्दैवाने बऱ्याचदा असं जाणवतं आणि दिसतंही की, अनेक अपयशी उमेदवार ही अपूर्ण स्वप्नं घेऊन इतर क्षेत्रांत काम करत असतात. 'कोल्ह्याला द्राक्षं आंबट' या न्यायाने कुठेतरी दबलेली इच्छा

उच्चपदस्थ अधिकाऱ्यांवर मिळेल त्या माध्यमांतून ताशेरे झाडून पूर्ण करतात. वेगवेगळ्या टीव्ही वाहिन्यांवर काम करणाऱ्या वार्ताहर, कार्यक्रम संचालक, टॉक शोज् करणाऱ्या मंडळींमध्ये ही प्रवृत्ती विशेषत्वाने दिसून येते. घराघरात पोहोचणारं माध्यम हातात असल्याने सरकारी अधिकाऱ्यांवर विखारी टीका करून त्यांच्या अडचणींबद्दल, कामांबद्दल एकतर्फी आणि बऱ्याचदा अपुरी माहिती दिली जाते. क्वचितप्रसंगी धादांत खोटं रिपोर्टिंगही केलं जातं आणि पद्धतशीरपणे त्यांच्याबद्दल नकारात्मकता निर्माण केली जाते.

आयएएस अधिकारी हे भारतीय प्रशासन व्यवस्थेतले सर्वात महत्त्वाचे अधिकारी असतात. त्यांनी केलेली किंवा न केलेली कामं आणि घेतलेले किंवा न घेतलेले सर्व निर्णय आपल्या सर्वांच्याच आयुष्यावर दूरगामी परिणाम करत असतात. जमीनमहसुलापासून कायदा आणि सुव्यवस्थेपर्यंत आणि निवडणुकांपासून आरोग्य-शिक्षण-दुष्काळ-अतिक्रमणं इत्यादी सर्व विषय त्यांच्या अखत्यारीत येतात (हा कामांचा पसारा फक्त जिल्हा स्तरापर्यंतचा आहे). शिवाय अचानक उद्भवणारी कामं आणि संकटं असतातच. शासनाच्या नवनव्या योजना,प्रकल्प राबविण्यापूर्वी किंवा स्वत:च्या पातळीवर नवे प्रयोग करण्यापूर्वी उदा. 'लखीना पॅटर्न', त्या संपूर्ण व्यवस्थेचा प्रचंड अभ्यास आणि स्वत: त्यावर केलेलं काम महत्त्वाचं असतं. शिवाय कामातलं सातत्य, त्या कामांशी संबंधित इतर घटक जसे पोलीसदल, नगरपालिका यांच्यातील समन्वय साधणं, हितसंबंधी आणि राजकीय गटांकडून येणारे दबाव झेलणं असे असंख्य पैलू विचारात घ्यावे लागतात. अष्टावधानी असणं म्हणजे काय, हे अधिकाऱ्याच्या टेबलावर येणाऱ्या रोजच्या फाईल्स पाहिल्या तरी कळेल.

संसार थाटल्यापासून आजतागायत गेली कित्येक वर्षं आमच्या घरी दररोज संध्याकाळी येणारे फाईल्सचे गठ्ठे हा घराचा एक अविभाज्य घटक आहे. घरात एकवेळ फर्निचर, टीव्ही वगैरे नसलं, तरी फारसं खुपणार नाही; पण हे गठ्ठे नसले, तर घराला घरपण येत नाही. फाईलींमध्ये काही प्रकरणं तर इतकी जुनी असत की, कागद पिवळे पडून त्याची पूड पडत असे. घरबसल्या दम्याला किंवा चर्मरोगांना हे आमंत्रणच आहे, असं मला वाटे; पण अधिकाऱ्यांवर पडणाऱ्या विविधांगी जबाबदाऱ्यांमुळे जशी त्यांच्या व्यक्तिमत्त्वाला धार येत जाते, तशी असे कागद हाताळून त्यांची प्रतिकारशक्तीही चांगलीच वाढते, असं म्हणता येईल. असो.

अशा पदांबद्दल,अधिकाऱ्यांबद्दल सर्वांच्याच मनात एक उत्सुकता असते. ढोबळमानाने पाहता ही उत्सुकता सकारात्मक आणि नकारात्मक अशा दोन्ही

स्वरूपाची असते. सकारात्मक उत्सुकतेत या नोकरीबद्दल, अधिकाऱ्यांबद्दल, त्यांच्या प्रवासाबद्दल अधिक जाणून घेणं, तसं बनण्याची धडपड करणं, त्यांच्या चांगल्या लोकाभिमुख कामांना पाठिंबा देणं, त्यात सामील होणं अशी असते. तर नकारात्मक उत्सुकतेत त्यांच्या खाजगी आयुष्यात डोकावणं, त्यांनी केलेल्या - न केलेल्या चुकाही राईचा पर्वत करून दाखवणं, आपण सर्वज्ञ आहोत असा आव आणत त्यांच्यावर ताशेरे झाडणं याचा समावेश करता येईल. विशेषत: वेगवेगळ्या वृत्तवाहिन्यांवर ज्या चर्चा घडवल्या जातात; त्यात भारताची अर्थव्यवस्था कशी सुधारता येईल, पंतप्रधानांनी अमक्या अमक्या मुद्द्यावर काय काय केलं पाहिजे, चीन सीमेवर भारतीय सेनेने कशी व्यूहरचना केली पाहिजे अशा सर्व विषयांवर इतक्या तुफान चर्चा चालू असतात की, एवढे बुद्धिमंत लोक बघून अगदी गहिवरून येतं. अर्थातच एवढ्या आघाड्यांवर जे तज्ज्ञ सल्ले देऊ शकतात, त्यांना जागोजागी सरकारी अधिकाऱ्यांच्या चुका शोधणं आणि त्यांना सतत आरोपीच्या पिंजऱ्यात उभं ठेवणं काही विशेष अवघड नसतं.

मी एका आयएएस अधिकाऱ्याची पत्नी आहे, म्हणून मी सर्वच आयएएस किंवा इतर सेवांमधल्या सरकारी अधिकाऱ्यांची भलावण करते आहे, असा अर्थ इथे घेतला जाऊ नये. त्यांना मिळणारे व्यापक अधिकार आणि सत्ता बघता त्यांची प्रत्येक कृती ही चर्चेचा विषय होऊ शकते, नव्हे ती असली पाहिजे, हे मला मान्य आहे. अनेक अधिकारी हे अकार्यक्षम, बेजबाबदार आणि भ्रष्ट आहेत, हेही सर्वांनाच माहीत आहे. परंतु एक लक्षात घ्या, टेबलाच्या या बाजूने गोष्टी जेवढ्या सोप्या वाटतात, तेवढ्या त्या विरुद्ध बाजूने सोप्या नसतात. मी स्वत: एक सामाजिक कार्यकर्ती म्हणून आणि एक अधिकारी म्हणून टेबलाच्या दोन्ही बाजूंनी काम केलं आहे. टेबलाच्या या बाजूने काम होताना त्यामागे किती प्रकारचा संघर्ष होत असतो, हे गेली १५-२० वर्षं पहात आहे. अगदी साधं उदाहरण घ्यायचं झालं, तर मुलांना शाळेत जाताना रोज डब्यात काय द्यायचं, हा प्रश्न घेऊयात. आईची इच्छा असते की, मुलांनी वेगवेगळ्या प्रकारचे पण पौष्टिक पदार्थ न्यावेत. तर नव्या पिढीतली मुलं सँडविच, बर्गर, चिप्स अशा पदार्थांसाठी हट्ट धरतात. अशा वेळी आरोग्य, संतुलित आहार, खर्च, पदार्थ आणि वेळेची उपलब्धता, थोडासा मुलांचा हट्टही चालवून घेणं या सगळ्या गोष्टी विचारात घेऊन निर्णय घ्यावे लागतात. ते मुलांना अर्थातच फार आवडत नाहीत, अशावेळी थोडा अधिकार वापरावा लागतो, मग अधूनमधून कुरकुरत का होईना पण गाडी चालू लागते. तसंच

अधिकाऱ्यालाही आपलं काम करताना समाजस्वास्थ्यासाठी काय योग्य आहे, याला प्राथमिकता द्यायची असते. लोकांना काय आवडतं? किंवा कोणाला खूष केल्याने अमक्यातमक्याची मतं पक्की (आणि आपली खुर्ची पक्की) हा विचार तिथे असता कामा नये. शिस्त ही वेळप्रसंगी वाईटपणा घेऊन, सर्वांचा विरोध पत्करूनही लावावी लागते. ती एकदा लागली आणि त्याचे फायदे कळायला लागले की, लोक तुमच्या मागे येतात. अर्थात ज्यांचे हितसंबंध धोक्यात येतात, अशा असंतुष्टांचा फार मोठा गटही असतोच. या असंतुष्टांचा, राजकीय नेत्यांचा, स्वतःच्या कर्मचाऱ्यांचा विरोध-धोक्यात आलेली खुर्ची- बदलीची टांगती तलवार-वैयक्तिक चिखलफेक-तुमची मूल्यं आणि बांधिलकी तुमच्यासमोर उभे असतात. चॉइस इज युवर्स!

प्रसारमाध्यमं अशा वेळी अत्यंत महत्त्वाची भूमिका बजावू शकतात. प्रशासनाच्या सकारात्मक कामाला योग्य प्रसिद्धी देणं, समाजप्रबोधन करून लोकांचा चांगल्या कामातला सहभाग वाढवणं, कामातले दोष-त्रुटी दाखवून अधिकाऱ्याला/प्रशासनाला सुधारण्यासाठी प्रवृत्त करणं या अत्यंत प्रभावी गोष्टी त्यांना करता येतात. पंजाबमधल्या आमच्या अगदी सुरुवातीच्या काळातले दोन किस्से याबाबत मला सांगावेसे वाटतात.

माननीय सर्वोच्च न्यायालयाने तेव्हा (२०००-२००१) रात्री १० नंतर लाऊडस्पीकर वापरायची बंदी करण्याचा आदेश दिलेला होता. आमच्या उपविभागात त्याची फारशी कडक अंमलबजावणी होत नाही, असं लक्षात आलं; तेव्हा त्याविरुद्ध कडक कारवाई करण्याचा निर्णय साहेबाने घेतला. आधी एक शासकीय आदेश काढून त्याला सर्व वर्तमानपत्रातून प्रसिद्धी दिली गेली आणि सर्व धार्मिक स्थळं, लग्नकार्यालयं, सांस्कृतिक केंद्रं यांना त्याबाबत माहिती देण्यात आली. आमच्या घरचा दूरध्वनी क्रमांक देऊन रात्री १० नंतर असे लाऊडस्पीकर्स चालू दिसल्यास कोणीही या दूरध्वनी क्रमांकावर संपर्क साधून तक्रार नोंदवू शकेल, असं आवाहन करण्यात आलं. आमच्या रात्रीच्या एखाद्या फेरीत किंवा फोनवर तक्रार आल्यास ताबडतोब पोलीस पाठवून कारवाई सुरू झाली. काही दिवसांनी ही अंमलबजावणी अधिक कडक करून लाऊडस्पीकर्स जप्त करायला सुरुवात झाली. परीक्षांच्या काळात तर विद्यार्थ्यांचे फोन येत आणि ताबडतोब कारवाईमुळे सर्वांना सुखद आश्चर्याचा धक्का बसत असे. एकदा आमच्या घरापासून अगदी जवळ असलेल्या एका देवळात देवीचा 'जगराता' चालू होता. जगराता म्हणजे रात्रभर देवीची भजनं म्हणत रात्र जागवणं. रात्री ११ वाजता आवाज अचानक वाढला, तेव्हा

पोलीस पाठवले गेले. लाऊडस्पीकर्स बंद करायला लावताच तिथे वादावादी सुरू झाली. तेव्हा जवळपास १००-१५० लोक एवढ्या रात्री आमच्या घरी आले. धार्मिक कार्यक्रम असल्याने परवानगी दिली जावी, असा त्यांचा हट्ट होता. अखेर पुष्कळ समजावल्यानंतर आणि कोणतीही सवलत मिळणार नाही, हे स्पष्ट केल्यानंतर ते लोक परत गेले. सुदैवाने कोणताही गंभीर प्रसंग ओढवला नाही. या सर्व मोहिमेच्या काळात वृत्तपत्रांनी कमालीचं सहकार्य केलं. जनतेचा सहभाग, वृत्तपत्रांचा सक्रिय पाठिंबा यामुळे ही मोहीम यशस्वी झाली. विशेषत: वर उल्लेखिलेल्या प्रसंगाचं दुसऱ्या दिवशी अत्यंत संयत वृत्तांकन झालं. कोणताही धार्मिक रंग न देता किंवा समाजात तेढ निर्माण होईल अशा प्रकारे भाषा वापरली गेली नाही. ध्वनीप्रदूषणावर नियंत्रण ठेवण्यासाठी ज्या उपाययोजना प्रशासनाकडून अवलंबिल्या जात होत्या, त्यांना वृत्तपत्रांनी दिलेली साथ त्यामुळे अत्यंत मोलाची ठरली. अन्यथा बऱ्याचदा एखाद्या मुद्द्याचे चुकीचे संदर्भ देऊन, भडक पद्धतीने केलेल्या रिपोर्टिंगचं पर्यवसान सामाजिक तेढ निर्माण होण्यात, दंगली होण्यात होऊ शकतं. वृत्तपत्रांचं असं काम सामाजिक रूढींमध्ये बदल घडवून आणण्यासाठी मोलाचं ठरतं. याउलट बऱ्याचदा वृत्तपत्रं घटना जशीच्या तशी न सांगणं, कामाबद्दल अनावश्यक नकारात्मक प्रसिद्धी देणं, केवळ त्रुटींवर लक्ष केंद्रित करणं, त्या विषयाबद्दल/कामाबद्दल संपूर्ण माहिती न घेता दोषारोपण करणं अशा पद्धतीने कार्य करतात. यामुळे उभय बाजूंची हानी होते.

दररोजच्या स्थानिक, राज्यस्तरीय व राष्ट्रीय स्तरावरच्या वर्तमानपत्रांत त्या त्या जिल्ह्याबाबत येणाऱ्या किंवा विभागाबाबत येणाऱ्या प्रत्येक बातमीची कात्रणं ठेवून त्यांच्या नोंदी ठेवणं हे त्या त्या जिल्ह्यातल्या किंवा विभागातल्या माहिती व जनसंपर्क अधिकाऱ्यांचं काम असतं, ही फाईल दररोज जिल्ह्याधिकाऱ्याच्या किंवा विभागीय अधिकाऱ्याच्या टेबलावर येते. त्यामुळे त्यालाही प्रसारमाध्यमांचं काम नजरेसमोर ठेवता येतं. प्रसारमाध्यमांच्या रिपोर्टिंगचं इथे एक उदाहरण बघूयात. एखाद्या शहरात/जिल्ह्यात जर अचानक दंगे झाले, तर प्रसारमाध्यमांचं रिपोर्टिंग हे 'दंग्यावर किती वेगाने काबू मिळवला गेला? गुन्हेगार पकडले गेले की नाही? याबाबत काही पूर्वसूचना होती की नव्हती? पूर्वसूचना असल्यास त्यावर वेळीच काही कारवाई झाली की नाही? दंडाधिकारी आणि पोलीसदलांची कार्यक्षमता' अशा गोष्टींबाबत असणं अपेक्षित आहे. जिल्हाधिकारी किंवा पोलीसप्रमुख तिथे तातडीने कसे पोहोचले नाहीत- त्यावेळी ते दुष्काळनिवारण किंवा महिला बचत गटांच्या संदर्भातल्या एका बैठकीत कसे मग्न होते आणि यावरून

थोडक्यात ते किती 'बेफिकीर' आहेत हे सिद्ध करणं किंवा मसालेदार 'स्टोरी' बनवणं हे अत्यंत हानिकारक, अधिकाऱ्यांचं मनोबल खच्ची करणारं असतं. एखादा जिल्हाधिकारी जिल्हा पोलीसप्रमुखाच्या सोबतीने घटनेच्या क्षणाक्षणाची माहिती घेत वाढीव पोलीसबळ पाठवणं, क्वचितप्रसंगी गरजेनुसार राखीव पोलीसदल मागवणं, अँब्युलन्सेस-आगीचे बंब पाठवणं, जखमींसाठी जिल्हा रुग्णालय व गरजेनुसार खाजगी रुग्णालयं तयारीत असावीत याचे आदेश जारी करणं, राज्यसरकारशी संपर्क साधणं, गरज पडल्यास गोळीबाराच्या आदेशाची परवानगी देणं, दंगेखोरांना अधिक कुमक मिळणार नाही याची खबरदारी घेणं अशी असंख्य कामं अशा आणीबाणीच्या प्रसंगात करत असतो. अशा वेळी त्याने 'तातडीने' घटनास्थळी पोहोचून काहीच फायदा नसतो. उलट तो तिथे पोहोचल्यास पोलिसांना त्याच्या सुरक्षिततेसाठी वेगळी धडपड करावी लागते. दंगे काही आधी सांगून सवरून होत नसतात. उलट कधीकधी अत्यंत क्षुल्लक कारणांवरून अशा घटना घडतात. अशा वेळी तो अधिकारी दुसऱ्या कामात अगर बैठकीत कसा काय मग्न होता, हा प्रश्नच हास्यास्पद आहे.

दुसरीकडे कार्यक्षमतेने आखणी करुन अशी दंगल घडूच दिली नाही, तर ती बातमी कुठेही येत नाही. कारण बातमी करावी, असा'मसाला' त्यात नसतो. शिवाय दंग्यात पोलीस किंवा सरकारी अधिकारी जखमी झाले किंवा प्राणांस मुकले, तर कदाचित प्रसारमाध्यमं किंवा मानवी हक्क संघटना फार ओरडणार नाहीत; पण लोक जखमी झाले किंवा स्थिती हाताबाहेर जाऊ लागल्यास अत्यंत विचारपूर्वक आणि शेवटचा उपाय म्हणून गोळीबाराचे आदेश दिले गेले आणि त्यात कोणी मारलं गेलं, तर लगेच अधिकाऱ्यांवर ठपका ठेवून प्रकरण वरपर्यंत गाजतं आणि त्या मुद्द्याचं लगेच राजकीयीकरण होऊन अधिकाऱ्याला बदली, बडतर्फी इ. ला तोंड द्यावं लागतं.

प्रसारमाध्यमं अशा गोष्टींचं एकतर्फी भांडवल करतात. त्यावर जनसामान्य विश्वासही ठेवतात.अशा प्रसंगांमुळे अधिकाऱ्यांचं मनोबल ढासळतं, त्याचं कोणालाही काही वाटत नाही, किंबहुना ते कोणाच्या खिजगणतीतही नसतं. कायदा आणि सुव्यवस्था राखली जावी, असं सामान्य नागरिक, राजकीय नेते, सामाजिक कार्यकर्ते अशा सर्वांनाच जर मनापासून वाटत असेल; तर ती राखण्यासाठी जी यंत्रणा आहे, तिला निर्णयस्वातंत्र्य दिलं गेलं पाहिजे. त्या यंत्रणेने आपलं कामही चोख केलं पाहिजे, समाजविघातक घटकांचा बिमोडही केला पाहिजे, त्याचवेळी बळाचा वापरही होता कामा नये, कडक शिक्षा आणि जरबही बसता कामा नये, त्यात लोकांचे मानवी हक्क वगैरेही सांभाळले गेले

पाहिजेत आणि काही अप्रिय घटना घडल्यास अधिकाऱ्यांचाच बळी दिला गेला पाहिजे - असं हे हिरण्यकश्यपू आणि प्रल्हादाच्या कथेसारखं विचित्र धोरण आहे. जसं त्याला मिळालेल्या वरानुसार त्याला माणूस आणि प्राणी यांच्याकडून मरण येणार नाही - दिवसा आणि रात्री मरण येणार नाही - असं अभयदान मिळालं; तेव्हा तो उन्मत्त झाला. तसंच आपण आपल्या कायदा आणि सुव्यवस्था राखणाऱ्या यंत्रणेची अवस्था दात आणि नखं काढलेल्या सिंहासारखी जर करून ठेवणार असलो, तर समाजविघातक तत्त्वं उन्मत्त होणार आणि त्याची किंमत सर्वसामान्य नागरिकाला चुकवावी लागणार, हे वेगळं सांगायची गरज नाही.

दुर्दैवाने बऱ्याचदा कायदा-सुव्यवस्था राखणाऱ्या किंवा इतर कोणत्याही नागरी क्षेत्रातले काम करणाऱ्या अधिकाऱ्यांनी चांगलं काम केलं; तर ते त्यांचं कर्तव्यच आहे, नाही केलं तर ते अकार्यक्षम आहेत आणि काही कारणाने काम थांबलं किंवा अपूर्ण राहिलं, तर ते विकाऊ आहेत - असा सरसकट ठप्पा मारला जातो. बहुतेक वेळा प्रत्यक्ष स्थिती ही या सर्वांच्या अधलीमधली असते. इंग्रजीत ज्याला 'ग्रे एरिया' म्हणतात तशी, परंतु ती आपल्या नजरेच्या टप्प्यापलीकडे असते आणि त्यामुळे जाणीवपूर्वक केलेल्या पक्षपाती व सदोष रिपोर्टिंगमुळे समाजात गैरसमज पसरतात.

आणखी एक उदाहरण घेऊयात. भारतीय अन्न महामंडळ (एफसीआय) सारख्या प्रचंड संघटनेद्वारा दरवर्षी केली जाणारी 'धान्याची खरेदी आणि साठवण' हा विषय घ्या. जर सातत्याने अन्नधान्याचं विक्रमी उत्पादन होत गेलं, तर ते साठवण्यासाठी अधिक गुदामांची गरज भासते. ही साठवणीची क्षमता वाढवत न नेल्यास धान्य (योग्य पद्धती अनुसरून का होईना पण) उघड्यावर साठवावं लागतं. आपण सर्वांनीच प्रवास करताना बऱ्याचदा रस्त्याच्या कडेला धान्याच्या पोत्यांची ताडपत्रीने झाकलेली भलीमोठी विस्तृत थप्पी बघितली असेल. अशा वेळी 'पहा, वेळेवारी गुदामं बांधायला नकोत का? धान्य कसं उघड्यावर पडलंय!' असं म्हणता येतं. उत्पादन स्थिर झालं किंवा दुष्काळामुळे अगर वाढीव निर्यातीमुळे साठे घटले, तर 'पहा पहा, कोट्यवधी रुपयांची गुंतवणूक करून गुदामं बांधून ठेवलीत आणि ती आता रिकामी पडलीत- जनतेच्या कष्टाचा पैसा उडवतात नुसता!' असंही म्हणता येतं. क्वचितप्रसंगी- निष्काळजीपणाने किंवा कधी सर्व काळजी घेऊनसुद्धा साठवलेलं धान्य खराब होतं. अशावेळी अधिकाऱ्यांच्या बेजबाबदारपणावर ताशेरे ओढले गेले पाहिजेत, त्यांना जबाबदार धरलं गेलं पाहिजेच; पण कितीदा तरी वृत्तांकन करताना जुने

फोटो किंवा छायाचित्रण दाखवणं, गव्हाच्या साठ्याचं नुकसान अशी मोठी बातमी छापताना/दाखवताना तांदुळाच्या साठ्यांचे फोटो छापणं किंवा दुसऱ्याच देशातले फोटो छापणं, योग्य आकडेवारी न देणं असे सगळे उद्योग वार्ताहर मंडळी करतात. प्रत्येक गोष्टीला दोन्ही बाजू असतात. त्या त्या परिस्थितीत उपलब्ध साधनं, शासनाचे निर्णय, अधिकाऱ्याची निर्णयक्षमता व कणखरपणा यानुसार सर्वोत्तम निर्णय घेतले जातात. नंतर 'ते तसं का केलं? हे असं का केलं?' या गोष्टींना काहीच अर्थ नसतो.

अचानक पाहुणे आल्यावर घरात उपलब्ध असलेल्या गोष्टींतून बटाटाभाजी, पिठलं, सांडगे असं काही करून जोडीला कोशिंबीर, पापड, चटण्या, लोणची ठेवून गृहिणीने वेळ व्यवस्थित भागवली हे महत्त्वाचं. तिथे बटाट्याऐवजी भोपळा आणि पिठल्याऐवजी उसळ केली असती; तर अधिक बरं झालं असतं, असं म्हणणं हे छिद्रान्वेषण झालं. तसंच अधिकाऱ्यांवर ठपका ठेवण्यापूर्वी त्या जागी इतर कोणी असतं; तरी जवळपास तसाच निर्णय घेतला गेला असता, कारण प्राप्त परिस्थितीत तीच गोष्ट योग्य होती - हे समजून घेणं आवश्यक होय. अशा निर्णयांचं राजकीयीकरण करणं, अधिकाऱ्यांवर राजकारण खेळण्याचा आरोप करणं किंवा मुद्द्याला अनावश्यक भावनिक रंग देऊन लोकांच्या भावना चेतवणं उदा. खराब झालेल्या धान्याच्या फोटोशेजारी कुपोषणाने मरणाऱ्या मेळघाटातल्या जनतेचे किंवा ओरिसातल्या दुष्काळग्रस्त कालाहंडीमधले फोटो छापणं, जेणे करून एकीकडे धान्य सडतंय आणि एकीकडे माणसं भुकेने मरताहेत - अशा बातम्या वाचून जनमत पेटलं पाहिजे. वास्तविक पहाता या दोन्ही गोष्टींचा थेट परस्परसंबंध काहीच नसतो. परंतु सर्वसामान्य वाचकाला भारताच्या खाद्यान्न सुरक्षेसाठी केंद्रीय स्तरावर काम करणारे भारतीय खाद्य निगम आणि राज्यस्तरावर लोकांपर्यंत अन्न पोहोचवणं किंवा भूकबळी होऊ न देणं यासाठी जबाबदार असणाऱ्या राज्याच्या खाद्य वितरण संघटना किंवा विभाग यांचा परस्परांमध्ये थेट संबंध नसतो, हे माहीत करून दिलं जात नाही. त्यामुळे वाचक अपुऱ्या माहितीवर आपली मतं बनवतात आणि त्याचा ठपका सोयीस्कर रीतीने अधिकाऱ्यांवर ठेवला जातो.

प्रसारमाध्यमांच्या अशा अयोग्य पद्धतीने बातमी तयार करण्यासाठी केल्या गेलेल्या सनसनाटी रिपोर्टिंगमुळे हळुहळू ती आपली विश्वासार्हता गमावून बसत आहेत. साधा सकस आहार घेणाऱ्या माणसाला जर सातत्याने चमचमीत फास्ट फूड खायला घातलं, तर फक्त चवीसाठी एक दोन दिवस बरं वाटेल; पण लवकरच त्याच्या जिभेची चव तरी जाईल किंवा त्याला अजीर्ण तरी होईल.

तशीच आजच्या आपल्या वृत्तवाहिन्यांची आणि इतर प्रसारमाध्यमांची गत झाली आहे. पक्षपात न करता बातमी आहे तशी सांगणं ही गोष्ट ते विसरून गेले आहेत. जोवर त्या बातमीला मीठमसाला लावून ती सनसनाटी बनत नाही, तोवर ती कोणी ऐकणार अगर वाचणारच नाही, असा या सर्वांनी सोयीस्कर समज करून घेतला आहे आणि वाचक किंवा श्रोत्यांच्या पचनशक्तीची आणि सहनशक्तीची परीक्षा पाहिली जाते आहे. समाजमाध्यमांच्या आणि सर्च इंजिन्सच्या प्रसारामुळे बातम्यांमध्ये सांगितल्या जाणाऱ्या आणि दाखवल्या जाणाऱ्या गोष्टींची बऱ्याच अंशी शहानिशा करणं शक्य झालं आहे. बऱ्याचदा त्यामुळे प्रसारमाध्यमांचा खोटेपणा उघडा पडतो. प्रसंगी न्यायालयांमध्ये अशा खोट्या रिपोर्टिंगबद्दल माफीनामे लिहून द्यावे लागतात, तरीही त्यांच्या वर्तणुकीत फारसा फरक पडलेला दिसत नाही. परंतु त्यामुळे त्यांचा प्रेक्षकवर्ग कमी होत नसला, तरी विश्वासाला मात्र तडा गेला आहे. सहसा या पार्श्वभूमीमुळेच प्रशासकीय अधिकाऱ्यांच्या संघटनांकडून अधिकाऱ्यांबाबतच्या अशा विखारी आणि नकारात्मक रिपोर्टिंगबद्दल कुठलंही स्पष्टीकरण येत नाही. अशा उथळ आणि निरुपयोगी वृत्तप्रसारणाकडे दुर्लक्ष करणं हाच उत्तम उपाय असतो.

प्रसारमाध्यमांद्वारा नकळत घेतली गेलेली एक दुसरी नकारात्मक भूमिका म्हणजे नवा अधिकारी रुजू झाल्याबरोबर त्याची अत्यंत तडफदार, सुपरकॉप वगैरे प्रतिमा बनवणं आणि ती वारंवार लोकांसमोर आणणं. याची खरंतर काहीच गरज नसते. नवा अधिकारी रुजू झाला, एवढं लोकांना कळण्यापुरती बातमी पुरेशी असते. पण पराकोटीचा व्यक्तिपूजक असलेला आपला समाज आणि प्रसारमाध्यमं त्याची असलेली-नसलेली कीर्ती सांगून स्वत:साठी एक फसवं समाधान शोधत असतो. बऱ्याचदा नव्या अधिकाऱ्यावर या गोष्टींचा मानसिक, भावनिक दबाव येतो. त्यामुळे नाव कमावण्यासाठी आल्याआल्याच आठवडाभरात काहीतरी सनसनाटी केलं जातं. किंवा उगीचच लोकांमध्ये मिसळणं, सभासमारंभांना उपस्थित रहाणं, मुलाखती देणं इ. प्रकार सुरू होतात. तुम्ही कसे दिसता, किती मसालेदार विधानं करता यापेक्षा तुम्ही तुमचे काम किती उत्कृष्टपणे करता हे महत्त्वाचं असतं. पण समाजाला व्यक्तिपूजा आवडते आणि काही अधिकारीही अशा प्रथा पसरवायला कळत नकळत उत्तेजन देतात.

बऱ्याचदा असंही दिसतं की, अनेक अधिकारी या जाळ्यात अडकतात आणि स्वत:ची प्रतिमा कृत्रिमपणे बनवत आणि जपत बसतात. विशेषत: पोलीस अधिकाऱ्यांमध्ये ही वृत्ती बळावायला अधिक पोषक वातावरण असतं. मुळातच

युनिफॉर्म सर्व्हिसचं ग्लॅमर असतंच. मग अधूनमधून स्वतःच रस्त्यात उभं राहून तिघेजण दुचाकीवरून जाताना दिसले की, चाकातली हवा सोड, हेल्मेट न घालणाऱ्यांना उठाबश्या काढायला लाव, कॉलेजमध्ये जाऊन तरुणांपुढे भाषण कर इ. उद्योग केले जातात आणि याला झटपट प्रसिद्धी मिळते. यात काही वाईट आहे असं नव्हे; पण याचा हळूहळू अतिरेक होतो आणि मग जे अस्सल पोलिसिंग असलं पाहिजे म्हणजे गुन्हे अन्वेषण, गुन्हेगार पकडणं, गुन्हे आणि संघटित टोळ्यांवर आळा घालणं, मजबूत कोर्ट केसेस बनवणं याकडे दुर्लक्ष होऊन साहेब भाषणं देणं, स्वतःची प्रतिमा चमकवणं, पुरस्कार स्वीकारणं यात मश्गुल राहतात. अशा वृत्तीमुळे स्थानिक पोलीसदलाची खूप दीर्घकालीन अशी हानी होते. त्यांच्यात ढिलेपणा आला की, पोलीसदलाची शारीरिक तंदुरुस्ती, गुन्हे अन्वेषणातील कौशल्य यावर परिणाम होतो. ज्याच्या सनसनाटी बातम्या होतील, अशा फुटकळ गोष्टींवर जास्त वेळ घालवला जातो.

प्रशासकीय अधिकाऱ्यांमध्येही गाजावाजा करून अतिक्रमण हटाओ, शहराचं सुशोभीकरण किंवा स्वच्छता मोहीम अशा योजना जोरदार पद्धतीने राबवल्या जातात; पण त्यांच्या टिकाऊपणाकडे फारसं लक्ष दिलं जात नाही. अशा गोष्टी सातत्याने कराव्या लागतात, नाहीतर हे यश जेवढ्या झटपट मिळतं, तेवढ्याच झटपट संपूनही जातं. त्यामुळे अधिकाऱ्यांची जी प्रतिमा प्रसारमाध्यमं अकारण रंगवतात, तीही हळूहळू लोकांच्या विस्मृतीत जाते. कोणत्याही नव्या जागी रुजू झाल्यावर नवा परिसर, ती जागा, नवा विभाग, तिथले विवक्षित प्रश्न किंवा वैशिष्ट्यं, तिथला कर्मचारी वर्ग, आधीचं काही चांगलं झालेलं काम, प्रयोग हे नीट समजून घेण्यासाठी काही काळ द्यावा लागतो. चांगल्या कर्मचाऱ्यांना पारखून घेऊन चांगल्या टीम्स बनविणं, कार्यपद्धतीत सुधारणा करणं, अधिकारांचं विकेंद्रीकरण करणं, सामान्यांच्या अडचणी सोडविण्यासाठी कार्यपद्धतीचं सुलभीकरण हे खूप आवश्यक असतं. तुमचे सहकारी, कर्मचारी, स्थानिक लोकप्रतिनिधी व लोक या सर्वांना तुम्ही कायम उपलब्ध असणं गरजेचं असतं; तरच तुमची मेहनत, तळमळ सर्वांना दिसते, सर्वांपर्यंत पोहोचते आणि लोक अधिकाऱ्यांवर विश्वास टाकतात.

अतिक्रमण हटवणं, शौचालयं बांधणं, सरकारी शाळा-दवाखाने यांची गुणवत्ता सुधारणं, पोलिसांची गुन्हे अन्वेषण कार्यपद्धती सुधारणं अशा प्रकारची कामं खूप वेळ, चिकाटी, गांभीर्याने काम करण्याची वृत्ती, विषयाचा आवाका समजून घेण्याची तयारी, लोकांना सोबत घेऊन चालण्याची प्रवृत्ती यातून उभी राहतात. बऱ्याचदा एक काम सुरू केल्यानंतर त्यातून बरीच नवीन

कामं निर्माण होतात. उदाहरणार्थ घनकचरा व्यवस्थापनाचा प्रकल्प राबवायचा म्हटल्यावर त्याच्या जोडीला ओल्या कचऱ्याचं काय करायचं, हा प्रश्न येतो. त्यापासून गांडूळ खत बनवलं जाऊ शकतं, मग कार्यकर्त्यांना किंवा महिला बचत गटांना प्रशिक्षण आणि जागा उपलब्ध करून दिल्यास कचरा व्यवस्थापन + खतनिर्मिती असे दोन्ही उद्देश साध्य होतात. खताची सरकारी आणि खाजगी बागांत विक्री करण्यासाठी वेगळे बचत गट गुंतवून रोजगारनिर्मिती होऊ शकते. त्यामुळे इथे हे लक्षात घेणं आवश्यक आहे की, कोणताही अधिकारी झटपट निकाल देऊ शकत नाही. कोणतीही कामं चटपट प्रसिद्धी, सरकारी योजनांची केवळ खानापूर्ती, वैयक्तिक नाव मिळवणं, समाजाचा 'तारणहार' बनणं वगैरे उद्देश डोळ्यासमोर न ठेवता करावी लागतात. ती जर लोकांपर्यंत पोहोचली नाहीत, लोकांना जागृत आणि प्रशिक्षित करून त्यांच्यात उत्साह निर्माण केला गेला नाही; तर ती प्रसिद्धी, सुपरकॉप प्रतिमा, मसालेदार कहाण्या यांचे ताबूत लवकरच थंड पडतात. हाताखालच्या कर्मचाऱ्यांमध्ये साहेबाच्या पुढेपुढे करणं, कामाच्या नावाने नुसत्या पाट्या टाकणं, काम झाल्याबाबत नुसती खानापूर्ती करणं, योजनांवरचे पैसे दुसरीकडे वळविणं अशा आधीच रुजलेल्या गोष्टी चांगल्याच फोफावतात, अशा दुर्दैवी परंपरा रुजविण्यात प्रसारमाध्यमं नकळत मोठा हातभार लावतात.

बऱ्याच ठिकाणी असंही दिसतं की, जिल्हाधिकारी किंवा तत्सम उच्चपदस्थ अधिकारी स्वत:बरोबर स्थानिक पत्रकारही बाळगतात, मग अधिकाऱ्यांची खास प्रतिमा निर्माण करायचं काम ही मंडळी करतात. साहेबाच्या प्रत्येक बैठकीचे, दौऱ्यांचे फोटो, व्हिडिओ सगळीकडे दिसू लागतात. खास पोजेस देऊन काढलेले फोटो, त्याखाली कोणते तरी सुविचार असा माल व्हॉट्सअप किंवा फेसबुकसारख्या माध्यमांवर फिरू लागतो. यात बऱ्याचदा चांगले कार्यक्षम अधिकारीही सहज बळी पडताना दिसतात. दुसऱ्या बाजूला भ्रष्ट किंवा अकार्यक्षम अधिकाऱ्यांचा अगदी वेगळा दृष्टिकोन असतो. एकदा ही पत्रकार मंडळी हाताशी धरली की, स्वत:ला, कुटुंबाला आणि जनतेला फसवायला अधिकारी मोकळे होतात. राजाच्या अंगावर खोटेच कपडे चढवून त्याची खोटी वाहवाही करणारा आणि राजाकडून भरपूर बिदागी उकळणारा भामटा शिंपी आणि नागड्या राजाची गोष्ट आपल्याला ठाऊक आहेच. स्वत:च्या पदाच्या, सत्तेच्या आणि संपत्तीच्या प्रभावामुळे आलेलं उन्मत्तपण त्याच्या बुद्धीवर पडदा टाकून त्याला ह्या खोटेपणाला राजमान्यता द्यायला भाग पाडतं. हे लबाडपण पुढे हत्तीवरून स्वत:ची मिरवणूक काढणारा राजा, राजसत्तेपुढे मिंधे झालेले

आणि राजाच्या नसलेल्या कपड्याची वाहवाही करणारे त्याचे मंत्री, सरदार, दरकदार आणि राजसत्तेच्या भीतीपोटी त्याच्या नागडेपणाची-खोटेपणाची तारीफ करणारी जनता यांच्यापर्यंत जातं. ही गोष्ट आपल्या सगळ्यांना चांगलीच माहीत आहे.तसंच खरोखर किती काम चालू आहे, ते किती तळमळीने चालू आहे, त्याची गुणवत्ता काय आहे याबद्दल लोकांच्या डोळ्यात धूळ फेकणं सहज शक्य होतं, नव्हे, मुद्दाम ते केलं जातं. प्रसारमाध्यमं याला फार मोठा हातभार लावत असतात. मग या महान अधिकाऱ्यांचा, सुपर हिरोंचा, सुपरकॉप्सचा जयजयकार सर्वत्र 'मॅनेज' केला जातो. हळूहळू लोकांना आतली गोष्ट कळतेच, पण त्या अधिकाऱ्याच्या कार्यक्षेत्राबाहेर अगदी त्याच्या केडर राज्याच्या बाहेर देशपातळीवरदेखील त्याचा ठरवून केलेला उदोउदो चालूच रहातो. त्यामुळे एखाद्या माणसाचं/अधिकाऱ्याचं नाव होत असेलही; पण अशी खोटी चित्रं रंगवली गेल्याने प्रशासन किंवा पोलीसव्यवस्थेवर, लोकांच्या आशाआकांक्षांवर, कार्यप्रणालीवर फार दूरगामी परिणाम होतात. शिवाय एकदा प्रसारमाध्यमं हाताशी धरली की, अशा कामांसाठी त्यांना खूश ठेवावंच लागतं. हे खूश ठेवणं बरंच 'अर्थगर्भ' असतं. त्यांची खुशामत करण्यासाठी आणखी हितसंबंधी गटांना हाताशी धरावं लागतं आणि एका दुष्टचक्राचा जन्म होतो.

हे असले इमेज बिल्डर्स कधीही भस्मासुराप्रमाणे विध्वंसक बनू शकतात. त्यामुळे त्यांनाही 'तो अमका कलेक्टर किंवा एसएसपी ना? त्याला एवढं मोठं कोणी बनवलं? आम्हीच!' असा दर्प चढतो, अधिकाऱ्याचा एकेरी नावाने उल्लेख होतो. 'अमक्या पार्टीत त्याला किती चढली होती, तमक्या पार्टीत त्याची कोणात उठबस होती?' याच्या खमंग चर्चा होऊ लागतात. आणि एकदा अधिकाऱ्याचं नाव असं 'वलयांकित' झालं की, नंतर त्याने कितीही चांगलं काम केलं; तरी याच गोष्टी चवीचवीने ऐकवल्या जातात. चांगली कामं जेवढी लोकांच्या लक्षात रहातात, तेवढीच किंबहुना त्याहूनही अधिक वाईट कामं लोकांच्या जरूर लक्षात रहातात.

प्रसिद्धीला हपापलेल्या अधिकाऱ्यांमुळे आणि प्रसारमाध्यमांमुळे बोकाळलेला आणि लोकशाही व्यवस्थेला अत्यंत घातक असलेला आणखी एक प्रकार म्हणजे प्रशासकीय अधिकारी आणि राजकीय नेतृत्वाची तुलना करून अधिकाऱ्यांच्या 'लार्जर दॅन लाईफ' अशा छब्या रंगवणं. आधीच राजकारण हे सभ्य लोकांचं काम नव्हे - अशा समजुतीपायी अभ्यासू, कार्यक्षम लोक राजकारणाकडे कमीच वळतात. त्यात अधिकाऱ्यांशी तुलना करून त्यांचं अधिक चारित्र्यहनन केलं जातं. इथे ही गोष्ट लक्षात घेणं आवश्यक आहे

की, जसे सगळे अधिकारी कार्यक्षम आणि प्रामाणिक नसतात; तसेच सगळे राजकीय नेतेही वाईट प्रवृत्तीचे किंवा लायकी नसलेले नसतात. अधिकारी हे धोरण ठरवत नाहीत किंवा कायदे करत नाहीत. ते काम लोकानुवर्ती शासनाचं आणि विधिमंडळाचं असतं. तिथे बसणाऱ्या नेत्यांच्या मागे लोकमताचा पाठिंबा असतो. अधिकारी हे फक्त धोरणांची अंमलबजावणी करतात. ते प्रशासक असतात, शासक नव्हे. त्यांना स्वतःचं स्वतंत्र अस्तित्व असलं, तरी स्वतंत्र चेहरा नसतो. शासक आणि जनता यांच्यामधला तो दुवा असतो. मात्र अशा प्रसिद्धीपिपासू अधिकाऱ्यांना प्रसारमाध्यमं आणि तारणहाराच्या मागावर असलेली जनता डोक्यावर घेऊन नाचत रहातात. लोकशाही आणि राजकीय प्रक्रियेमध्ये डोळसपणे आणि प्रत्यक्ष सहभागी न होता काठावर बसून शासकीय धोरणांना शिव्या घालणं, तारणहारांचा उदो उदो करणं यामुळे आपण आपलंच खोलवर नुकसान करून घेत आहोत, याचंही भान यांना उरत नाही. प्रशासकीय अधिकारी हा या समाजातला नवा अभिजनवर्ग होऊन बसतो. निवडणुकीपासून धोरणनिर्मितीपर्यंत आणि शासनापासून प्रशासनापर्यंत सक्रीय लोकसहभागाला कोणताही 'तारणहार' अधिकारी हा पर्याय असू शकत नाही, हे या हव्यासी आणि बेदरकार साखळीने समजून घेणं गरजेचं आहे.

प्रसारमाध्यमांच्या कामाला समाजमाध्यमांमुळे लाभलेला पैलू हादेखील एक स्वतंत्र विषय आहे. सर्वसाधारण भारतीय लोकांची एक विशिष्ट मानसिकता म्हणजे - एखादी गोष्ट आपल्याला माहीत नसेल, तर ती नीट माहिती करून घेऊन मग त्यावर मतप्रदर्शन करणं - ही गोष्ट सहसा आपल्याला पटत नाही. क्रिकेटपासून आर्थिक बाबींपर्यंत आणि जागतिक राजकारणापासून ते पर्यावरणापर्यंत सामान्यतः लोक अत्यंत आत्मविश्वासाने आपली मतं नोंदवितात. सर्वांना सर्व गोष्टी माहीत असणं किंवा त्यात रस असणं शक्य नसतं; पण एखादी गोष्ट आपल्याला आवडत नाही किंवा समजत नाही, हे आपण कबूल मात्र करणार नाही. शिवाय गेल्या काही वर्षांत कोणत्याही सामाजिक, आर्थिक, राजकीय विषयांबाबत व मुद्द्यांबाबत सोशल नेटवर्किंगचा बेसुमार वापर आणि रस्त्यांवर उतरून आंदोलन करणं ही एक फॅशन झाली आहे. सोशल नेटवर्किंग आणि आंदोलनं ही अत्यंत चांगली हत्यारं असली, तरी त्यांचा वापरही तेवढ्याच संयमाने आणि जबाबदारीने होणं आवश्यक आहे. अन्यथा भावना भडकवण्यासाठी आणि अफवा पसरविण्यासाठीदेखील त्याचा वापर होऊ शकतो. एका लोकशाही व्यवस्थेचे घटक म्हणून काम करताना आपण जेव्हा आपल्या हक्कांची मागणी करतो, तेव्हा आपल्या जबाबदाऱ्यांचं

भानही आपण विसरता कामा नये. त्यामुळे अशी माध्यमं वापरताना आणि आंदोलनं करताना फार संयम बाळगला पाहिजे. सरकार, प्रशासन किंवा पोलीस यांच्याविरुद्ध रस्त्यावर उतरण्यापूर्वी किंवा तावातावाने शेरेबाजी करण्यापूर्वी आपण हा विचारही करायला हरकत नाही की, आपण समोर वाहतूक पोलीस दिसला की, मगच सीटबेल्ट बांधतो किंवा घाईने डोक्यावर हेल्मेट चढवतो, सर्रास सिग्नलचं उल्लंघन करून गाड्या चालवतो. पकडले गेलोच, तर नोटा सरकवून सुटका करून घेतो. पुन्हा वाहतूकसमस्या, अपघात आदींबद्दल पोलिसांना जबाबदार धरून आपण मोकळे. आपण टॅक्स चुकवतो, आपण पैसे चारून आपली जात बदलून आरक्षणाचा फायदा मिळवण्यासाठी धडपडतो, आपण मिटरमध्ये गडबड करून विजेची चोरी करतो, आपल्या दुकानाबाहेर अतिक्रमण करून सामान रस्त्यावर ठेवतो, आपण बिनदिक्कतपणे कुठेही आपली गाडी किंवा दुचाकी उभी करतो. सैन्यदलांच्यासाठी असलेल्या कँटीनमधून स्वस्तात माल घेतो, समाजमाध्यमांद्वारे आलेले वाटेल ते संदेश पुढे पाठवतो, जातिधर्मात तेढ निर्माण करतो. पुन्हा सरकार, प्रशासन, पोलीस इत्यादींवर ताशेरे झाडायला आपण मोकळे किंवा मेणबत्त्या हातात घेऊन 'लोकपाल आणा' म्हणून मिरवणुका काढायला मोकळे! शिवाय सार्वजनिक ठिकाणी पाळायचे नियम, सभ्यता, शिस्त आपल्या खिजगणतीतही नसते. या 'सब चलता है' मनोवृत्तीनं आपलं पराकोटीचं नुकसान केलेलं आहे, याची आपल्याला जाणीवही नसते. असली तरी स्वत:ला शिस्त लावायची तयारी नसते. पाश्चात्त्य देशातल्या स्वच्छतेचं, सौंदर्याचं, शिस्तीचं आपल्याला फार कौतुक असतं; पण त्यांच्यातली स्वयंशिस्त आपल्यात आणण्याचा आपण कधीही प्रयत्न करत नाही. वेळ पाळण्यासारखी साधी गोष्टही आपल्याला जमत नाही, उलट 'इंडियन स्टँडर्ड टाइम' असं निर्लज्जपणे त्याचं समर्थन केलं जातं. शिवाय आम्ही असेच आहोत, आपला देश कधीही सुधारणार नाही - असंही आपणच सांगतो.

अशा परिस्थितीत एखाद्या चांगल्या अधिकाऱ्याला काम करताना अनेक आघाड्यांवर लढावं लागतं. या लढाईतल्या बहुसंख्य गोष्टी बाहेर कोणाला दिसतही नाहीत. वैयक्तिक पातळीवर त्याला कामाचं वा प्रश्नांचं स्वरूप समजून घेऊन त्यावर काम सुरू करणं आणि मग ते लोकांकडून करवून घेणं अशा दृश्य पातळीवर चालावं लागतं आणि इतर पातळ्यांवर लोकांच्या मानसिकतेशी एक थकवणारा लढा द्यावा लागतो.'सरकारी काम असंच चालणार!' 'सरकारी अधिकारी म्हटल्यावर पैसे चारल्याशिवाय कामं होणारच

नाहीत!' 'आपल्या देशात कधीतरी भ्रष्टाचार संपणार आहे का? हे असंच चालायचं!' 'नवा साहेब आहे, चार दिवस उड्या मारेल आणि मग बघा येतो की नाही जागेवर!' 'साहेबाला काय कळतं टॅक्सेशनमधलं?' अशी विधानं करणाऱ्यांची तोंडं आपण कुठे बंद करत फिरणार? कधीकधी पत्रकार फोनवर २-३ प्रश्न विचारून किंवा प्रत्यक्ष मुलाखत न घेताच चुकीचे संदर्भ घेऊन मोठ्या मथळ्यासह बातमी छापतात. यामुळे वाचकांचा बुद्धिभ्रम तर होतोच, पण अधिकारीही अडचणीत येतो. त्याला अनावश्यक स्पष्टीकरणं देत बसावं लागतं. प्रसारमाध्यमांनी यासाठी अधिक जबाबदारीने वागणं आवश्यक आहे. लोकशाहीचा चौथा स्तंभ असा ज्याचा गौरव केला जातो, त्या प्रसारमाध्यमांनी आपलं महत्त्व ओळखून गांभीर्यपूर्वक वृत्त प्रसारित करणं आवश्यक आहे. राज्यव्यवस्था आणि प्रशासन यावर अंकुश ठेवणारा लोकशाहीमधला तो महत्त्वाचा घटक आहे. गैर, चुकीच्या गोष्टी बाहेर काढण्याबरोबरच चांगल्या घडणाऱ्या गोष्टींना उचलून धरणंही तेवढंच महत्त्वाचं आहे. आजकाल बहुतेक वृत्तपत्र प्रकाशनसंस्था या मोठमोठ्या उद्योगसमूहांनी विकत घेतलेल्या आहेत. त्यामुळे त्यांच्या निष्पक्षतेवर प्रश्नचिन्ह उठणं साहजिक आहे. परंतु समाजाचं हित साधणं हेच लोकशाहीच्या प्रत्येक स्तंभाचं अंतिम उद्दिष्ट असेल; तर वृत्तपत्रं, समाजमाध्यमं आणि प्रशासकीय अधिकारी या सर्वांनीच हे भान बाळगणं आवश्यक आहे.

स्वनिर्मित प्रतिमेचे ताणतणाव

मुळातच आयएएस-आयपीएस-आयएफएस ही अक्षरं चमत्कार घडवणारी असतात. ती एकदा कोणाच्याही नावामागे लागली की, त्या व्यक्तीकडे बघण्याचा लोकांचा दृष्टिकोनच बदलतो. लोकांच्या या आदर, भीती, कौतुक, कुतूहल, मत्सर अशा विविध छटा असलेल्या नजरा सहजतेनं झेलणं आणि त्याचा स्वत:वर काहीही परिणाम होऊ न देणं ही गोष्ट प्रयत्नपूर्वक शिकावी लागते. बाहेरच्यांचं जाऊ दे, पण कालपरवापर्यंत आपल्यासोबत वावरणारा आपला एक मित्र/मैत्रीण आता उच्चपदस्थ अधिकारी होणार, हे कळल्यावर घनिष्ठ मित्रदेखील त्याच्याकडे/तिच्याकडे एकदम आदराने-थोड्याश्या मत्सराने बघायला लागतात. हा माणूस आता आपल्यातला राहिला नाही, हा आता कुठेतरी तारांगणातच जाऊन बसणार - अशी काहीतरी ही भावना असते. त्यात थोडा अभिमान, थोडा आदर, थोडं आश्चर्य, थोडा थरार असं सगळंच मिसळलेलं असतं. यशासोबत प्रसिद्धी, सत्कार, मुलाखती, भेटायला येणाऱ्यांची रीघ, हारतुरे, लग्नासाठी स्थळं यामुळे घरचे लोकही भांबावून जातात. हे 'आक्रीत' झेलणं त्यांनाही अवघड जातं. निवड झालेल्या उमेदवारालाही हे सगळं आतून जाणवत असतंच. पुढचा सगळा संभाव्य भव्यदिव्य प्रवासही अंगावर रोमांच उभे करत असतो. त्याच्याही नकळत त्याची एक वेगळी प्रतिमा बनायला इथेच सुरुवात होते.

नंतर अधिकारी म्हणून प्रत्यक्ष काम करायला सुरुवात करण्यापूर्वी प्रशिक्षण काळातच त्याची भावी प्रतिमा घडवण्याचं खरं काम सुरू होतं. त्याच्या जगण्याच्या दर्जात, पातळीतच आमूलाग्र बदल घडवून आणला जातो. त्याच्या पूर्वायुष्यातील जगण्याच्या मितीच बदलून जातात. एक सनदी अधिकारी म्हणून तुम्ही कसं उठलं-बसलं पाहिजे, कसं वावरलं-वागलं पाहिजे, हे शिकवलं जातं. तुमचे कपडे, बूट कसे असले पाहिजेत? तुमचा युनिफॉर्म कसा बिनचूक

असला पाहिजे इतकंच काय औपचारिक कार्यक्रमात जेवायचं कसं याचेही धडे दिले जातात. प्रशिक्षण काळात अभ्यासाचा भाग जेवढा असतो, तेवढंच महत्त्व अभ्यासेतर गोष्टींनाही दिलं जातं. या उमेदवारांच्या गुरुजनांमध्ये जुने जाणते सनदी अधिकारी, तंत्रज्ञ, भाषातज्ञ, कायदेतज्ञ अशी सगळी मंडळी तैनात असतात. त्यांच्या जोडीला क्रीडाशिक्षक, ड्रिलमास्टर, फौजी अधिकारी असा ताफा असतो. या नियमित गुरूंव्यतिरिक्त उच्च सरकारी अधिकारी, मंत्री, लोकनियुक्त प्रतिनिधी, अर्थतज्ञ, स्वयंसेवी संस्थांच्या माध्यमांतून काम करणारे समाजसेवक, कलावंत, शास्त्रज्ञ, परदेशातून येणारे विद्वज्जन, आंतरराष्ट्रीय संस्थांवर काम करणारे देशी आणि परदेशी तज्ञ अशी मंडळी वेळोवेळी मार्गदर्शन करण्यासाठी येत असतात. शिवाय देशातल्या सर्वोत्कृष्ट कलावंतांद्वारा सादर होणारे सांस्कृतिक कार्यक्रम, सिनेमा शोज, भारतदर्शन ही प्रशिक्षणांतर्गत करवली जाणारी सुमारे दोन महिन्यांची मोठी सहल असं प्रचंड 'पॉवरफुल पॅकेज' असतं. शिवाय सैन्यदलांसोबत प्रशिक्षण, भर समुद्रातल्या तेलविहिरींची पाणबुड्यांची सफर, ट्रेकिंग्ज् असं बरंच काही. लिहिताना आणि वाचतानाही आपली दमछाक होते; तर त्या उमेदवारांवरही त्याचा किती ताण येत असेल, याचा विचारच करवत नाही.

मेट्रो आणि मोठ्या शहरांतून येणाऱ्या उमेदवारांना या सर्व गोष्टी किमान पातळीवर माहीत तरी असतात; पण छोट्या शहरांतून, ग्रामीण भागातून येणाऱ्या उमेदवारांची वाढती संख्या पाहता हे नवखे अधिकारी किती तणावांतून जात असतील, याची आपण केवळ कल्पनाच करू शकतो. वर्षानुवर्षं पाहिलेलं स्वप्न, रात्रीचा दिवस करून केलेली मेहनत जेव्हा घवघवीत यशाची माळ गळ्यात घालते, तेव्हा कृतकृत्य झाल्यासारखं वाटलं तर काही नवल नव्हेच. प्रवेशपरीक्षा उत्तीर्ण होऊन अधिकारी म्हणून निवड झाल्यानंतर कसून परीक्षा पाहणारं प्रशिक्षण आणि नंतर नोकरीचा सर्व काळ एकामागून एक आव्हानंच उभी करतो. आधी प्रशिक्षणकाळात भरभरून माप पदरात पडतं, अगदी आयुष्यभर पुरेल असे अनुभव आणि आठवणी जमतात आणि नंतर अधिकारी म्हणून जे काही रणांगण रंगणार असतं, ते पाहिल्यावर 'घी' सोबत येणारा जबाबदाऱ्यांचा 'बडगाही' जबरदस्त असतो, असं म्हणायला पाहिजे.

बऱ्याचदा असं वाटतं की, अत्यंत साध्या घरांतून येणाऱ्या, आर्थिक सामाजिकदृष्ट्या खालच्या थरांतून येणाऱ्या, ग्रामीण भागांतून येणाऱ्या उमेदवारांना या सर्व गोष्टींचा केवढा त्रास होत असेल! भाषेची अडचण, वागण्या-बोलण्यातलं अवघडलेपण, पैशाची चणचण, साधेसुधे कपडे,

वापरातल्या चपला बूट-बॅग्ज यासारख्या सामान्य, 'ब्रँडेड' नसलेल्या वस्तू या सर्व पार्श्वभूमीवर या उच्चभ्रू जगात उघडणारे आयएएस, आयपीएस, आयएफएस नावाचे दरवाजे त्यांना केवढं भांबावून टाकत असतील! घरची मंडळी साधीसुधी-मध्यमवर्गीय-कमी शिकलेली-शेतकरी-मोलमजुरी करणारी. अशा जगातून एकदम साहेबी जगातली ही जायंट लीप केवढी कसरतीची ठरत असेल. एकाचवेळी स्वत:ला अधिकारी म्हणून घडवणं, मोठ्या शहरांतून आलेल्या-इंग्रजी माध्यमात शिकलेल्या, चाणाक्ष, चटपटीत सहकाऱ्यांत कुठेही आपली मान उंच ठेवून, छाती पुढे काढून वावरणं आणि त्याचवेळी आपल्या सामान्य पार्श्वभूमीशी नाळ तुटू न देणं हे वाटतं तितकं सोपं नाही.

यशस्वी उमेदवारांचं हे जगही अत्यंत क्रूर असतं.तुमची पार्श्वभूमी, तुमची शिक्षणसंस्था, तुमचा उच्चभ्रूपणा, तुमची बुद्धिमत्ता, तुमची निवड झालेली सेवा यानुसारही उतरंडी असतात. घुसळून टाकून सैरभैर करणाऱ्या या वातावरणातून स्वत:ची मेहनत-बुद्धी-विवेक-मूल्यव्यवस्था यावर दृढ विश्वास ठेवून चालणारी मंडळीच अधिकारी म्हणून दीर्घ पल्ल्याची वाटचाल करू शकतात. एक विशिष्ट ध्येय ठेवून केलेली मेहनत, मिळालेलं यश आणि या दरम्यानच्या प्रवासात दिलेल्या अनेकानेक अग्निपरीक्षा असा सगळा प्रवास मनात साठवत पुढचा प्रवास राजमार्गावरून पण काटेरी मुकुट डोक्यावर चढवून होणारा असतो. प्रशिक्षण अकादमीतलं ट्रेनिंग, सतत भेटणारे हजारो प्रकारचे लोक, हरघडी येणारे वेगवेगळे अनुभव यातून त्याला घडत जायचं असतं. घेणाऱ्याची झोळी जेवढी सशक्त असेल, तेवढं त्याचं व्यक्तिमत्त्व झळाळून उठतं. त्याच्यावर छिन्नी चालवणारी दुनिया त्याला घेरून उभीच असते. मूर्ती घडवण्यासाठी हे छिन्नीचे घाव सोसण्याची तयारी मात्र हवी.

जे आपल्या नावापुढे आयएएस, आयपीएस, आयएफएस यासारखी तीन अक्षरं चिकटली की, आपण जग जिंकलं-आपण सर्वज्ञ झालो, ही भावना मनात रुजू देतात; त्यांची अवस्था पालथ्या घड्यासारखी होते. आता काही शिकायची-मेहनतीची-कष्टांची गरज नाही, आता आयुष्यभर फक्त सलाम झेलायचे आणि लालबत्तीचा आनंद घ्यायचा, असं जे अधिकारी ठरवतात; ते अधिकारी म्हणून फारसे यशस्वी होऊ शकत नाहीत. उलट अशांमुळे समाजात अधिकाऱ्यांबद्दल एक नकारात्मक प्रतिमा तयार होते आणि त्यामुळे इतर कष्टाळू, प्रामाणिक अधिकाऱ्यांसाठी समस्या निर्माण होतात.

प्रशिक्षण संपूवन पहिल्या नेमणुकीवर रुजू झाल्यापासून अधिकाऱ्याचं स्थान विशेष या सदराखालीच येतं. माझं असं निरीक्षण आहे की, किमान

जिल्हा स्तरापर्यंत तरी कार्यक्रम अगर समारंभ कोणताही असो, तिथे जर अखिल भारतीय सेवांमधल्या आयएएस, आयपीएस अधिकारी उपस्थित असेल; तर त्या कार्यक्रमाचा 'हिरो' तोच असतो. सर्वांच्या नजरा एकाच व्यक्तीवर खिळलेल्या असतात.केवळ अधिकाऱ्याच्या नावाचा उदो उदो चालतो. त्यामुळे आपल्याच व्यक्तिमत्त्वाच्या प्रेमात पडणाऱ्या नार्सिससससारखी अवस्था होते. आपण कोणीतरी विशेष आहोत, ही भावना डोक्यात घर करते. लोकांनी केलेलं खरंखोटं कौतुक मनाला जाऊन भिडतं. नकळत व्यक्तिपूजेला प्रोत्साहन दिलं जातं. याचा अतिरेक झाला, तर मग राजकीय नेते आणि अधिकाऱ्यांमध्ये फारसा फरक रहात नाही.

वास्तविक पाहता अधिकाऱ्याचा फोकस नेहमी कामावर असला पाहिजे. कामच नाव आणि प्रतिष्ठा मिळवून देणार असतं. त्यामुळे आपल्याला कोणालाही खूश करण्यासाठी किंवा निवडणूक जिंकण्यासाठी काम करायचं नाहीये किंवा जनसंपर्क वाढवायचा नाहीये, तर 'बहुजनहिताय बहुजनसुखाय' आणि 'सद्रक्षणाय खलनिग्रहणाय' या हेतूनेच काम करायचं आहे, याचा कधी विसर पडता कामा नये.

जिल्ह्याच्या स्तरापर्यंत एक किंवा दोन अधिकारी प्रमुख स्थानांवर असल्याने ते ठसठशीतपणे सर्वांच्या नजरेत असतात. त्यांचं कुटुंबही सगळ्यांच्या नजरेत असतं. जेव्हा सचिवालयात किंवा एखाद्या छोट्या विभागात नेमणूक होते, तेव्हा जिल्ह्यासारखी मोठी घरं आणि इतर थाटमाट नसतो. राजधानीच्या ठिकाणी तर तुम्ही अनेक अधिकाऱ्यांपैकी एक असता. त्यामुळे घरांचा आकार,नोकरांची संख्या, थाटमाट सगळंच कमी होतं. शिवाय तुमचं तोपर्यंत एकमेव विशेष असं स्थान हे अनेकांमधलं एक असं होतं आणि राष्ट्रीय राजधानीत काम करताना तर ते पूर्णच संपतं. सरकारी वसाहती किंवा सदनिकांमध्ये तुम्ही हजारोंपैकी एक असता. त्यामुळे लालबत्ती आणि लोकांच्या नजरेतलं विशेष स्थान अधिकारी आणि कुटुंबासाठी कधी कवचकुंडलांसारखं असता कामा नये.त्यांच्यासकट जेवढ्या अभिमानाने वावरता आलं पाहिजे; तेवढंच त्यांच्यावाचूनही सहजपणे वावरता आलं पाहिजे, काम करता आलं पाहिजे. नोकरी अधिकार, सत्ता आणि पैसा देते. अधिकार आणि सत्ता ही समाजाच्या भल्यासाठी वापरली गेली पाहिजे, स्वत:चा बडेजाव मिरवण्यासाठी नव्हे. मिळणारा पगार हा चरितार्थ उत्तम चालेल एवढा नक्कीच असतो. शिवाय कामावर संपूर्ण लक्ष केंद्रित करण्यासाठी आवश्यक त्या सर्व सुविधा उपलब्ध असतात. तरीही कित्येक जणांना आपलं पद, अधिकार सर्वांसमोर मिरविल्याशिवाय आपली प्रतिमा

लोकांच्या मनात पुरेशी ठसत नाही असा भ्रम असतो. शिवाय पदामुळे चालून येणारी पैशाची प्रलोभनं टाळता येत नाहीत. अधिकारांचा गैरवापर करणारे आणि पैसा खाणारे असे अधिकारी इतर नि:स्पृह अधिकाऱ्यांनाही एका नकारात्मक प्रतिमेत अडकवतात. या प्रतिमेला तडा देणं फार अवघड जातं.

स्त्री-अधिकाऱ्यांच्या दृष्टीने अधिकाऱ्याच्या अशा प्रतिमांना आणखीही वेगळे पैलू असतात. प्रशासनात वाढत्या संख्येने दिसणाऱ्या स्त्री-अधिकारी ही सर्वांच्याच दृष्टीने अभिमानाची गोष्ट आहे. इतर प्रशासकीय अधिकाऱ्यांना सामोरं जावं लागतं ती बंधनं आणि अडचणींव्यतिरिक्त स्त्री-अधिकाऱ्यांना आणखीही वेगळ्या प्रकारच्या समस्यांना तोंड द्यावं लागतं. एक अधिकारी म्हणून स्वत:ला प्रस्थापित करताना त्यांना आणखी वेगळ्या प्रकारच्या भेदभावांना सामोरं जावं लागतं. माझी वैयक्तिक निरीक्षणं वगळता अनेक स्त्री-अधिकाऱ्यांशी मी बोलले तेव्हा त्यांचाही उद्वेग प्रकट झालाच. अधिकारी म्हणून त्यांच्याकडे न बघता केवळ एक स्त्री म्हणून बघणं, त्यांच्या कामाबद्दल चर्चा न होता त्यांचं दिसणं-वागणं-बोलणं याबद्दल जास्त चर्चा होणं, सहजतेनं चारित्र्यहनन करणं, प्रसंगी घरच्यांच्या अवास्तव अपेक्षा झेलाव्या लागणं, काम आणि घरची आघाडी सांभाळताना दमछाक होणं हे झालंच; शिवाय काही भ्रष्ट स्त्री-अधिकाऱ्यांमुळे 'पहा, स्त्रियांचं प्रमाण प्रशासनात वाढलं की, भ्रष्टाचारावर अंकुश लागेल, असं म्हटलं जातं, प्रत्यक्षात चित्र उलटंच आहे!' अशा प्रतिक्रियाही अधिक तीव्रतेनं उठतात. स्त्री म्हणून आणि अधिकारी म्हणून अशी दुहेरी परीक्षा बऱ्याच जणींच्या वाट्याला येते. अनेक कर्तृत्ववान स्त्री-अधिकाऱ्यांशी बोलताना असे अनेक किस्से ऐकायला मिळतात.

थोडक्यात सांगायचं तर स्पर्धापरीक्षेत उत्तीर्ण झालेल्या आणि अधिकारी बनलेल्या माणसाचं सामान्यत्व संपतंच. एका वेगळ्याच जगात त्याचा प्रवेश होतो. जिथे त्याला अफाट सत्ता, अधिकार, दर्जा, लाल बत्ती, सलाम, मागेपुढे धावणारे लोक असं सगळं एका बाजूने आणि कामाचे डोंगर, राजकीय दबाव, अचानक उद्भवणारे पेचप्रसंग, वेगवेगळे विषय हाताळण्यासाठी सातत्याने करावा लागणारा अभ्यास, नवेजुने प्रकल्प चांगल्या पद्धतीने राबवले जावेत म्हणून करावी लागणारी मेहनत आणि फील्ड वर्क, विविध प्रकारच्या बैठका ज्यात शिक्षणापासून स्वच्छतेपर्यंत आणि कायदा-सुव्यवस्थेपासून निवडणुकांपर्यंत हरप्रकारचे विषय हाताळावे लागतात. याखेरीज सभा समारंभांतील उपस्थिती, मंत्र्यांचे दौरे, प्रवास हेही चालू रहातंच. प्रशिक्षणातून आणि त्याच्या इच्छाशक्तीतून तो जेवढा घडत जातो, तेवढंच अंगावर पडलेल्या जबाबदाऱ्या

आणि आव्हानं त्याला घडवत नेतात. त्याची क्षणोक्षणी परीक्षा पाहणारं जग एका बाजूला असतं आणि सत्ता-अधिकार-पैसा यांचं जग दुसऱ्या बाजूला असतं. या दोन्ही जगांमध्ये ताणलेल्या दोरखंडावर कसरत करत सर्वोत्तम 'परफॉर्मन्स' देण्याचं कसब साधणं सोपं नसतं. हा ताणलेला दोरखंड कडेच्या आधाराच्या बांबूसकट खाली येणार नाही आणि वरचा कलावंत निश्चितपणे त्याचं काम करत राहील, ही जोखमीची जबाबदारी कुटुंबाची असते. बाहेरच्या जगाला फक्त अधिकाऱ्याची सत्ता, धडाडी, रुबाब दिसतो. बाकीचा पडद्यामागचा भाग कोणालाच दिसत नाही.

नोकरीत जसजसा काळ जातो, तसतसा जबाबदाऱ्या आणि ताणही वाढत जातात. त्यांच्यासोबतच कौटुंबिक जबाबदाऱ्याही वाढत असतात. या दोन्ही गोष्टींमध्ये संतुलन राखणं हा मोठा कौशल्याचा आणि व्यवस्थापकीय कलेचा भाग असतो. इतरांसारखा आपला नवरा/बाबा संध्याकाळी ७ वाजेपर्यंत घरी येईलच, याची खात्री बायको आणि मुलं देऊ शकत नाहीत. किंवा घरी आल्यावर त्याला पुन्हा कधीही आणि कितीही वेळ बाहेर जायला लागू शकतं, याची सवय करून घ्यावी लागते. दंगे, निवडणुका, नैसर्गिक आपत्ती अशा काळांत तर त्याचं दिवसाकाठी एखादेवेळी तोंड दिसलं किंवा फोनवर 'मी पाचच मिनिटांत पुन्हा फोन करतो' एवढंच बोलणं झालं, तरी खूप असतं. विशेषत: पोलीस अधिकाऱ्यांच्या कुटुंबांना अशा गोष्टींना अधिकच तोंड द्यावं लागतं. अधिकारी संध्याकाळी घरी आल्यावरही फोन चालूच रहातात. रात्री उशिरापर्यंतची वेळ ही कोणीही भेटायला न येण्याची आणि तातडी असल्याखेरीज फोन न येण्याची असल्यामुळे महत्त्वाच्या फाईल्स काढण्यासाठी सर्वात उपयुक्त वेळ असते. त्यामुळे फाईल्सचे गठ्ठेही आयुष्याचा अविभाज्य भाग बनत जातात. नवऱ्याचं असं हळूहळू 'सरकारीकरण किंवा शासकीयीकरण' होत जाताना बघणं हा मोठा मजेदार अनुभव असतो; पण त्याचवेळी त्याच्याशी सहज गप्पा मारता मारता अनेक चांगल्या योजनांची, कामांची, तज्ञ लोकांची माहिती मिळते.

हे सगळं होत असतानाच अधिकाऱ्याला आणि त्याच्या कुटुंबालाही अनेक गोष्टी शिकाव्या लागतात किंवा अनुभव तुम्हाला शिकवतात असं म्हणता येईल. माणसं पारखून घेणं, कोणालाही अति जवळ न करणं, कोणालाही (सहज शक्य आहे म्हणूनसुद्धा) वैयक्तिक कामं न सांगणं, आपला स्टाफ आपल्यामागे स्वत:च गुर्मीने वागत नाही ना यावर नियंत्रण ठेवणं अशा अनेक गोष्टी हळूहळू अनुभवातून अंगवळणी पडत जातात, नव्हे मुरत जातात. अधिकाऱ्याच्या बाबतीत तर एक ऑफीसमधलं व्यक्तिमत्त्व आणि एक घरातलं

असं सरळसोट विभाजन होऊन जातं. घरचा साहेब ऑफीसमधल्या साहेबावर सहसा स्वार होत नाही, पण ऑफीसमधला साहेब मात्र घरच्यावर कुरघोडी करत असतो. बाहेरचा रोखठोकपणा आणि अतिस्पष्टवक्तेपणा घरात शिरकाव करतो. त्यामुळे कधीकधी घरात नुसत्या शिळोप्याच्या गप्पा चाललेल्या असतानासुद्धा बायको काहीतरी अव्यवहार्य बोलतीय किंवा शाळेतल्या गमतीजमती सांगताना मुलं 'मुद्देसूद' बोलत नाहीयेत, असे भाव चेहऱ्यावर किंवा शब्दांत उमटले की, हसऱ्या संवादाला एकदम खीळ बसते. घरातल्या सर्व गोष्टी रोखठोकपणे, आदेशानुसार चालवल्या जाऊ शकत नाहीत, त्याला थोडी भावनाप्रधानताही आवश्यक असते, हे साहेबाला समजून घ्यावं लागतं आणि समजावून द्यावं लागतं.

साहेबाला मिळणारं एक्सपोजर (त्याला अचूक मराठी शब्द शोधण्यापेक्षा हाच शब्द योग्य वाटतो) आणि कुटुंबाला मिळणारं एक्सपोजर यात खूप तफावत असते. अधिकाऱ्यांच्या ट्रेनिंगदरम्यान सर्व उमेदवारांना खाणं-पिणं, उठणं-बसणं, वावरणं, कपड्यांची काळजी, वेगवेगळे औपचारिक कार्यक्रम, मुलाखती, मोठ्या व्यक्तींशी भेटीगाठी यातून इतक्या वेगळ्या जगाचं दर्शन घडवलं जातं की, त्या छोट्याशा कालावधीत त्यांच्यात प्रचंड बदल घडून येतो. त्यांची विचारपद्धती, कार्यपद्धती बदलते. त्यांचा आवाका आणि जाण वाढते. त्यामुळे या बदललेल्या साहेबाशी जुळवून घेणं ही बायकोची पहिली परीक्षा असते. मग लग्न प्रशिक्षणाआधी झालेलं असो की नंतर - दोघांच्या विचारपद्धतीत आणि कार्यशैलीत खूप तफावत असते किंवा पडते असं म्हणणं अधिक योग्य ठरेल आणि ती भरून यायला बराच काळ जावा लागतो. वैवाहिक जीवनात चढउतारांचे अनेक टप्पे येत असतात. हा त्यातला एक विचित्र टप्पा असतो, ज्यात बाह्य घटक तुमचं आपापसातलं नातं ठरवत असतात. दोघांनाही वैयक्तिक आणि सार्वजनिक जीवनात स्वतःला आणि दोघांना मिळून एका साच्यात घालावं लागतं आणि ते अतिशय अवघड जातं. दोन स्वतंत्र व्यक्तिमत्त्वं एकमेकांशी नीट जुळवून घेतात न घेतात, तोच हे एक नवं व्यावसायिक संदर्भांमुळे उभं राहिलेलं आव्हान त्यांच्यासमोर उभं ठाकतं. भविष्यकालीन योजना, वेगवेगळे निर्णय घेणं, कार्यपद्धती या सर्वच बाबतीत साहेब आणि त्याची पत्नी वेगवेगळ्या पातळ्यांवर वावरू लागतात. मग खटके उडणं, मनं दुखावणं अशा गोष्टी मागोमाग येतात. नवऱ्याचा रोखठोकपणा बायकोला दुखावतो आणि बायकोची संवेदनशीलता आणि भावनाप्रधानता नवऱ्याला कमकुवतपणा आणि रडूबाई पळपुटेपणा वाटू शकतो. घरातले

निर्णय एक घाव दोन तुकडे असे घेतले जाऊ शकत नाहीत. दोन जणांना सहमतीने आणि सुखाने एकत्र रहायचं असेल, तर प्रत्येक वेळी कोणाला तरी आपल्या तत्त्वांना मुरड घालावी लागतेच. इथे प्रश्न असा असतो की, बऱ्याचदा ही स्थिती कमीत कमी संघर्ष होऊन पार पाडण्यासाठी आवश्यक तो खाजगीपणाच मिळत नाही. किंवा बाहेरची आव्हानं इतकी मोठी असतात की, आवश्यक तो वेळ आणि निवांतपणाच मिळत नाही. मग काही प्रश्नांवर दोघांकडून तडजोड केली जाते, काही प्रश्न एकतर्फी निर्णय घेऊन संपवले जातात आणि काही प्रश्न दीर्घकाळ अनुत्तरित राहून त्यांचं उत्तर शोधण्यातली गंमतच संपून जाते आणि हे सगळं आपापल्या स्वतंत्र आणि जोडपं म्हणून एकत्र अशा प्रतिमा जपत करावं लागतं. अर्थात काळ जातो, तशा दोघांच्या वाटा अधिकाधिक जवळ येतात आणि मग एकमेकांत विलीन होतात.

आणखी स्पष्टपणे जाणवणारी गोष्ट म्हणजे साहेब लोक सहजपणे घरातल्या आणि बाहेरच्या लोकांकडून कामं करवून घेतात. यातून अगदी आईवडीलही सुटत नाहीत. सर्वांशी बोलताना साहेबाच्या आवाजातला दरारा क्वचितप्रसंगी बुचकळ्यात टाकणारा आणि अहंकाराचा स्पर्श असणारा आहे, असंही बायकोला वाटतं; पण अनुभवाने ती हेही जाणते की, हजार प्रकारच्या लोकांची मोट बांधून प्रशासनाचा अवाढव्य गाडा व्यवस्थित रेटायचा; तर ज्ञान, सखोल अभ्यास, मेहनत यांच्यासोबतच वागण्यातला कणखरपणा, आवाजातला दरारा, नेतृत्वाचा स्पष्ट ठसा उमटवणारी देहबोली हे सगळं आवश्यक असतंच. प्रसंगी माणसं दुखावली गेली तरी चालतील पण काम चोखपणे झालंच पाहिजे. दिरंगाई, बेशिस्त, भ्रष्टाचार, कामचुकारपणा मोडून काढायचा; तर अशा गोष्टींना पर्याय नसतोच, पण बऱ्याचदा या गोष्टी कौटुंबिक वातावरणातही खूप खोलवर परिणाम केल्याशिवाय रहात नाहीत. बायको, मुलं आणि आईवडीलही त्या कचाट्यातून सुटत नाहीत.

बायकोला मात्र या गोष्टी शिकाव्या लागतात. कामं करवून कशी घ्यायची, घरातल्या आणि बाहेरच्या कामांचं व्यवस्थापन कसं करायचं, आपल्या अधिकारपदाच्या इतमामाला साजेल असं वागणं-बोलणं, पाहुण्यांची सरबराई, सार्वजनिक समारंभातला वावर, समाजकार्यातला सहभाग हे सगळं काही विशेषत्वाने शिकावं लागतं. लग्नापूर्वीच्या आयुष्यात आपण या सर्व गोष्टी केलेल्या असतातच, नाही असं नाही, पण त्या आपण वैयक्तिक पातळीवर केलेल्या असतात. नव्या जगातल्या घडामोडींमध्ये वैयक्तिक अभ्यास-रस-आवड अशा गोष्टींच्या जोडीलाच पदामुळे येणारी जबाबदारी -गांभीर्य-

सावधपणा- देहबोली या गोष्टींची जोड द्यावीच लागते.

घराच्या आत आणि बाहेर दोन्हीकडचं आयुष्य सार्वजनिकच असतं. तुमच्याकडे कायमच लोकांची नजर असते. तुमचा वावर, बोलणं-भेटणं यातून आपोआपच तुमच्या आणि अधिकाऱ्याबद्दलची लोकांची मतं बनत असतात. अधिकाऱ्याबद्दल लोकांना पर्याय किंवा चॉईस नसतो. त्याचा अधिकार आणि सत्ता यामुळे त्याच्या योजना, त्याचे आराखडे, त्याचे निर्णय म्हणजे दगडावरची रेघ असते. अधिकाऱ्याच्या पत्नीला मात्र घरातली आणि बाहेरची कामं करताना- करवून घेताना कणखरपणा आणि सांभाळून घेण्याची वृत्ती, झालेल्या कामाची प्रशस्ती लोकांना देण्याची वृत्ती, सामंजस्य, कार्यकर्त्यांच्या चुका सांभाळून घेऊन त्यांचं काम, त्यांची मेहनत, त्यांचे अनुभव आणि विचार या सर्व गोष्टी विचारात घेऊन चालावं लागतं. ती करत असलेली किंवा करवून घेत असलेली कामं कोणावरही लादलेली नसतात. ती स्वत:ही स्वयंसेवक असते आणि तिच्यासोबत काम करणारेही बहुतांशी स्वयंसेवकच असतात. साहेबाची बायको म्हणून असलेलं वलय जरी काम करणाऱ्या लोकांना सुरुवातीला आकृष्ट करत असलं, तरी ते आकर्षण दीर्घकाळ कामाचं नसतं. तेवढंच आकर्षण राहिलं, तर नंतरच्या काळात पुढेपुढे करणारी मंडळीच फक्त उरतात. खरी, तळमळीने काम करणारी-करू इच्छिणारी मंडळी मागे हटतात. म्हणूनच काम करताना आपल्याला लाभलेल्या वलयाचा अगदी आवश्यक तेवढाच वापर करून, कोणताही अहंकार न बाळगता स्वत:कडे लहानपण घेऊन, मनापासून काम करणाऱ्या लोकांना पुढे करण्याचं भान मी नेहमी बाळगलं. आपण आज इथे आहोत, उद्या बदली झाली तर नसू; पण काम पुढे चालवणारे स्थानिक लोक तेच असणार आहेत, त्यामुळे त्यांची भक्कम यंत्रणा कायम तिथे राहिली पाहिजे हे महत्त्वाचं. त्यामुळेच नेमणुकीच्या प्रत्येक ठिकाणी असं काम करणाऱ्या लोकांचे गट निर्माण झाले. आजही ते संपर्कात असतात. सल्ले आणि मार्गदर्शनाची देवाणघेवाण होते. असो.

नोकरीच्या हळूहळू पुढे सरकणाऱ्या कालावधीत, त्याच्या काम करण्याच्या पद्धतीमुळे अधिकाऱ्याची एक विशिष्ट प्रतिमा बनत जाते. प्रशिक्षण कालावधी वगळता नंतरच्या २-३ वर्षांतच हा अधिकारी काय प्रकारचा आहे, हे सर्वांना कळून चुकतं. त्यामुळे बदली झाल्यानंतर अधिकारी रुजू होण्यापूर्वी त्याची ही 'प्रतिमाच' आधी तिथे पोहोचलेली असते. बरेच जण अशा 'आशेवर' असतात की, सहसा नवे अधिकारी सुरुवातीला, प्रामाणिकपणे, तडाखेबंद काम करून दाखवतात; पण नंतर हळूहळू त्यांना नीट 'जुळवून' कसं घ्यायचं,

हे कळतं आणि ते व्यवस्थित रुळावर येतात. या आशावान गटांत राजकीय नेते, सहअधिकारी-कर्मचारी आणि हितसंबंधी मंडळी असतात. जी अधिकारी मंडळी रुळावर (?) यायला जुळवून घ्यायला तयारच होत नाहीत, त्यांना बऱ्याचदा लक्ष्य केलं जातं. कुठल्याही विभागात किंवा जिल्ह्यात नेमणूक झाली की, काही काळातच स्थानिक लोकप्रतिनिधी आणि संबंधित विभागातले लोक अधिकाऱ्याच्या विरोधात एकजूट होतात. त्याची लवकरात लवकर बदली कशी होईल, यासाठी हरतऱ्हेचे प्रयत्न होतात. ज्या खुशमस्कऱ्यांना महत्त्व दिलं जात नाही, ते अधिकाऱ्याच्या विरोधात कंड्या पिकवायला सुरुवात करतात. महत्त्व न दिले गेलेले स्थानिक पत्रकार विरोधात बातम्या छापणं किंवा छोट्याछोट्या गोष्टींचं भांडवल करून नियमित बातम्या लावायला सुरुवात करतात.

एक मजेदार गोष्ट इथे स्मरते. एके ठिकाणी जिल्हाधिकारी म्हणून नेमणूक असताना काही काळातच तिथले तीन आमदार नाराज होऊन मुख्यमंत्र्यांकडे 'यांना बदला' म्हणून चकरा मारू लागले. बरं, नाराजीचं कारणही मोठं मजेदार होतं. जिल्हाधिकारी कायम सगळ्यांच्या अडचणी सोडविण्यासाठी उपलब्ध असतात आणि त्यामुळे या आमदारांचं महत्त्व कमी होतं - असं त्यांचं म्हणणं. सर्वसाधारणपणे जिल्हाधिकारी कोणाला चटकन भेटत नाहीत. असं असलं की, मग लोक आमदारांचे पाय धरत आणि आमदारांनी फोन केला की, मगच साहेबांच्या भेटीची वेळ मिळत असे. ही प्रथा बंद झाल्याने आमदार अडचणीत आले होते, म्हणजे असं त्यांना वाटत होतं. वास्तविक पहाता जिल्ह्यामध्ये होणारी सर्व चांगली कामं त्यांच्याच मतदारसंघांमध्ये होत होती, त्यामुळे या श्रेयात त्यांचाही वाटा होताच. पण पारंपरिक राजकारणाला आणि सुस्त प्रशासनाची सवय असलेल्या त्यांना हे काही पचनी पडत नव्हतं. आणखी मजेदार गोष्ट म्हणजे ते नियमितपणे आमच्या कँप ऑफीसमध्ये (घरातले कार्यालय) भेटायला, चर्चा करायला येत. चहापाणी घेऊन 'तुमच्यासारखा महान अधिकारी या जिल्ह्याने आजवर पाहिला नाही, आम्ही मुख्यमंत्र्यांकडे तुमचं फार कौतुक करतो' असं न चुकता सांगत. आमची तिथून बदली व्हावी, यासाठी ते जोर लावत आहेत, ही बातमी आमच्यापासून लपून रहाणं शक्य नव्हतंच. त्यामुळे हा सगळा प्रकार आणखी मजेदार वाटे. अर्थात त्यांना फार काळ वाट पहावी लागली नाही. तीन आमदारांची नाराजी ओढवून घेण्यापेक्षा एका कर्तव्यदक्ष अधिकाऱ्याला त्याचा कार्यकाल पूर्ण होण्यापूर्वीच हटवणं मुख्यमंत्र्यांच्या दृष्टिकोनातून अधिक व्यावहारिक होतं आणि आमचंही विंचवाचं बिऱ्हाड पाठीवर तयार होतंच.

अर्थात अशा गोष्टींना दुसरी बाजूही असतेच. अशा रीतीने वेगवेगळे हितसंबंध असणाऱ्यांचे गट अधिकाऱ्याच्या विरोधात एकजूट होत असले, तरी दुसऱ्या बाजूला झालेल्या आणि होत असलेल्या चांगल्या कामांची कुठे ना कुठे दखल घेतली गेलेली असते. काही राजकीय नेते, वरिष्ठ अधिकारी, संघटना, काही पत्रकार, सामान्य लोक दुसऱ्या बाजूने अधिकाऱ्याचं नुकसान होऊ नये म्हणून धडपडत असतात. नकळतपणे चाललेल्या या धडपडीचा अधिकाऱ्याला थांगपत्ताही नसतो. विरोधक आणि समर्थक अशा कोणत्याही पक्षात नसलेला अधिकारी आणि त्याचे कुटुंबीय मनस्ताप, बदल्यांमुळे आलेलं विस्कटलेपण, होणाऱ्या उलटसुलट चर्चा आणि नव्या जागेवर जुळवून घ्यायची धडपड अशा चढउतारांतून जात रहातात.

या सर्व गोष्टी चालू असतानाच राजकीय आणि प्रशासकीय वर्तुळात कार्यक्षम अधिकाऱ्याच्या कामाचा प्रभाव हळूहळू अधिक ठाशीव होत चाललेला असतो. बऱ्याचदा बरोबरीचे अधिकारी थोड्याश्या मत्सरानेच त्याच्या/तिच्या कामाकडे बघतात. क्वचितप्रसंगी बॅचमेट्समध्येही दुरावा निर्माण होतो. जे नवे अधिकारी तुमच्या हाताखाली राहिलेले असतात, ते चांगले अधिकारी म्हणून नावारूपाला येत असतात. ज्यांनी जुळवून घ्यायचं धोरण स्वीकारलेलं असतं, ते तुमच्यासमोर यायचं टाळतात. त्यामागे टोचणी असते की तुमच्या मार्गाने चालण्यात काही अर्थ नाही हे दाखवून देणं असतं - हे सांगता नाही यायचं. पण साहेब आणि मॅडमना, ज्या अधिकाऱ्याला आपण धाकट्या भावासारखं जवळ केलं, त्याची आणि त्याच्या कुटुंबाची सर्व प्रसंगात पाठराखण केली, तो अधिकारी आपल्याला आपल्या कामामुळे, दराऱ्यामुळे (किंवा अन्य कारणामुळे) टाळतो, हे खूप दुखावणारं असतं. वेळप्रसंगी 'नवी मॅडम' जुन्या मॅडमनाच 'नीट जुळवून घेणं' कसं आवश्यक आणि न टाळण्याजोगं आहे, याबद्दल चार गोष्टी सुनावते.

बऱ्याचदा प्रामाणिकपणा, चोख काम ही मूल्यं बरोबर घेऊन अधिकारी काम करत रहातात. स्वत:चं रक्त, घाम आटवून कामं करतात. त्यातून चमत्कार वाटावे असे परिणामही दिसून येतात. आपलं प्रत्येक काम हे 'unto the last' या तत्त्वाशी प्रामाणिक राहून करायचं हेच यश, हेच समाधान आणि पुरस्कारही. त्याचबरोबर होणारे 'इतर' फायदे म्हणजे राज्यकर्ते नाराज, बहुतांश कर्मचारी नाराज, लोकांनाही कधी कधी काही फरक पडत नाही किंवा तसं जाणवत तरी नाही. शिवाय बीपी, ॲसिडिटी, निद्रानाश असे काही सरकारी आजारही पगारासोबत पर्क्स म्हणून लाभतात. बऱ्याचदा बरोबरीचे अधिकारी,

कनिष्ठ अधिकारीही 'या साहेबांना नीट नोकरी करता येत नाही, उगीचच स्वत:च्या जिवाला त्रास करून घेतात!' असं म्हणतात. हे सगळं पचवायला अधिकारी आणि त्याचे कुटुंबीय योगी, संत किंवा देव नसतात. त्यामुळे अशा सगळ्या गोष्टींचा त्रास होतोच.

जुन्या चित्रपटांमधले गरीब पण सामान्यांचे दुःख मांडणारे, आदर्शवादी नायक, त्यानंतरचे 'अँग्री यंग मॅन' असलेले नायक आणि आजचे सामान्यांपासून पूर्ण तुटलेले नायक समाजातली स्थित्यंतरं दाखवतात. फुटपाथवर बसून चणे खाणारा किंवा 'मेरे पास माँ है' म्हणणारा नायक आजच्या पिढीला बावळट वाटेल. फालतू आदर्शवादी मूल्यांसाठी टीका, अपप्रचार, वारंवार होणाऱ्या बदल्या सहन करणारे आणि तरीही वर्षानुवर्षं तसंच वागत राहणारे अधिकारी आणि त्यांची कुटुंबं यांच्यासाठी 'बावळट' हा एकच वर्ग असू शकतो. लाल बत्ती, सत्ता, सहजपणे चालून येणारा पैसा याचा मनसोक्त उपभोग घेण्याची संधी जे घालवतात; त्यांच्यासारखे कर्मदरिद्री तेच! पण दुसऱ्या बाजूने विचार केल्यास या सगळ्या गोष्टी अस्वस्थ करणाऱ्या असल्या, तरी खूप काही शिकवणाऱ्याही असतात. स्वत:ला वारंवार तपासण्याची संधी त्यातून मिळते आणि आपण आपलं कर्म करत रहावं, ही गोष्टही सतत अधोरेखित होत रहाते.

स्वत:च्या कामांमधून आणि बाह्य परिस्थितीतून उत्पन्न होणाऱ्या अशा विविध प्रकारच्या मानसिक आणि भावनिक ताणतणावांचा परिणाम अधिकाऱ्याच्या मनावर होतोच. हा तणाव वेळोवेळी घरातही कमीअधिक प्रमाणात शिरकाव करतो.घरात अगदी प्रत्येक बाबतीत चिडचिड झाली नाही, तरी मोकळा संवाद थांबतोच. निवडणुका, नैसर्गिक आपत्तींचा-दंग्यांचा कालावधी अशा काही महत्त्वाच्या प्रसंगी तर तो पूर्णपणे थांबतो. अधिकारी अशा काळात घरात नुसता शरीराने 'असतो', त्याच्या डोक्यात मात्र रात्रंदिवस कामाची चक्रं फिरत असतात. घरच्यांना वाईट वाटतं, आपल्याला वेळ दिला जात नाही, आपल्याकडे दुर्लक्ष होतंय अशीही रुखरुख लागते. मुलांच्या शाळेतले विशेष कार्यक्रम, क्रीडास्पर्धा, परीक्षा, आजारपणं, पाहुणे, आईवडिलांची काळजी घेणं सगळा एकतर्फी चालणारा गाडा होतो. नाइलाजाने हळूहळू अशा गोष्टी अंगवळणी पडत जातात. मुलांना मन मोकळं करायला आई असते, पण आई मात्र प्रत्येक गोष्ट मुलांशी बोलू शकत नाही. बऱ्याचदा कितीतरी गोष्टी मनातच विरून जातात.अस्वस्थता, राग, चिडचिड, कौटुंबिक गोष्टींचे ताण आणि अगदी प्रेमाचे कढही मनातच जिरून जातात. समजूतदारपणा आपोआप वाढत जातो किंवा वाढवावा लागतो.

कधीकधी सर्व काही नियमित चालू असताना म्हणजे 'नॉर्मल' काळातही बऱ्याच गमती चालू असतात. काही उदाहरणं सांगते, म्हणजे कामाचं भूत 'झाडाला' कसं झपाटून टाकतं ते कळेल. अबकारी व कराधान विभागात (एक्साइज व टॅक्सेशन विभाग) साहेबाचं पोस्टिंग असतानाचा आहे हा किस्सा. सुरुवातीपासूनच आम्ही फार क्वचितच बाहेर जेवायला जायचो. जेव्हा कधी असा योग यायचा, तेव्हा ऑर्डर दिल्यापासून खाणं टेबलावर येईपर्यंतचा काळ भयंकरच 'उद्‌बोधक' जायचा. एकूण खाद्यपदार्थांचे दर, टेबलांची संख्या, तिथली गर्दी यावरून दिवसभरात सरासरी इथे किती कमाई होत असेल, म्हणजे वर्षाला किती उत्पन्न असेल; तर एका वर्षात याने किती टॅक्स जमा करायला हवा, याचा हिशोब होऊन तिथूनच संबंधित टॅक्सवसुली अधिकाऱ्याला 'उद्या इथली तपासणी कर' असा आदेश जायचा. बहुतेक वेळा टॅक्सचोरीचं प्रकरण निघायचंच. मला मात्र उद्याचं चित्र डोळ्यासमोर येऊन समोर आलेलं जेवण नीट जायचं नाही.

दुसरा किस्सा जिल्ह्यात नेमणूक असतानाचा आहे. जिल्हाधिकारी पदाच्या काळात एखाद्या संध्याकाळी गाडीतून सहज चक्कर मारायला बाहेर पडायचो. शहरात तर कुठे फिरणं शक्य नसायचं. असं १५-२० मिनिटांसाठी जरी बाहेर पडलं, तरी जाताजाता काचेबाहेरची दृश्यं बघून फोनवर नगरपालिका मुख्याधिकाऱ्याला मोकाट गुरांबाबत जाब विचार, वेळीअवेळी दारूची दुकानं उघडी दिसली की एक्साइज अधिकाऱ्याला ओरड, वाहतूक अस्ताव्यस्त दिसली की ट्रॅफिक इन्चार्ज पोलीस अधिकाऱ्याची उलटतपासणी घे - असं करत करत आमची वरात जायची.

तिसरी गंमत तर अतिरिक्त जिल्हाधिकारी असतानाच्या काळातली. आमच्या एका लग्नाच्या वाढदिवशी खास सरप्राइज म्हणून एका कालव्याच्या काठावरच्या जुन्या पद्धतीचं बांधकाम असलेल्या सुंदर विश्रामगृहात सगळ्यांना नेण्यात आलं आणि मग मला आणि मुलांना कालव्याच्या काठावर निसर्गसौंदर्य पहायला आणि चहापाणी करायला तिथे सोडून साहेब आसपासच्या तांदूळ खरेदी चालू असलेल्या सरकारी मंड्या तपासून आले. धन्य तो वाढदिवस!

हळूहळू असा अधिकारी आणि त्याची काम करण्याची विवक्षित पद्धत ही त्याची ओळख बनून जाते. माणूस आणि त्याचं काम जणू एकमेकांचं प्रतिबिंबच बनतं. माणूस या प्रतिबिंबात स्वतःच्याही नकळत स्वतःला विलीन करायला लागतो. ही स्थिती फार अवघड आणि परीक्षा पाहणारी असते. कामामुळे येणारी व्यग्रता आणि झपाटलेपण, यशाची झिंग, इतरांसाठी

असलेलं स्वत:चं आदर्शपण आणि स्वत:चं स्वत:पाशी असलेलं सोलीव विवेकी अंतर्मन यांच्यात सतत हुतुतूचा खेळ रंगतो. स्वत:चा लौकिक पचवणं ही अधिकाऱ्यासाठीही मोठी अवघड गोष्ट असते. एकतर सातत्याने आणि यशस्वीपणे काम करीत राहिल्याने सामान्य प्रशासनासोबतच आपण त्या त्या विषयातले तज्ज्ञ होत गेलेलो आहोत, याची अधिकाऱ्याला जाणीव असतेच; त्यामुळे ज्ञानाच्या कक्षा अधिकाधिक रुंदावण्यासाठी आणखी आणखी मेहनत केली जाते. दुसऱ्या बाजूने तुम्हाला आदरस्थानी मानणारे लोक तुमच्या मागून वाटचाल करीत असल्याने ही वाट सतत पुढे जात राहील, थबकणार किंवा मागे वळणार नाही यासाठी स्वत:ला सतत झिजवावं लागतंच. ही मेहनत प्रत्येक दिवसातल्या प्रत्येक तासाची असते. मी हे असं का म्हणते आहे, ते त्यांना नक्की कळू शकेल, ज्या माणसांनी 'साहेबाला' टॅक्सेशन, भारतीय अन्न महामंडळ(एफसीआय), पेट्रोलियम आणि नैसर्गिक वायू यासारख्या किचकट, तांत्रिक बाबींबद्दल, भयंकर आकडेवारीबद्दल, प्रतिदिन उपस्थित राहणाऱ्या नवनव्या प्रश्नांबद्दल सलग, एक चिठ्ठीसुद्धा समोर न ठेवता अस्खलितपणे, विचारप्रवण आणि मुद्देसूदपणे बोलताना ऐकलं आहे. अशा विषयांवर बोलताना तुमचं ज्ञान, अभ्यास, आवाका, निर्णयक्षमता, स्वतंत्र विचार, भाषेवरचं आणि तांत्रिक भाषेवरचं प्रभुत्व सगळं एकदम पणाला लागत असतं.

याच लौकिकाची दुसरी मिती म्हणजे लोक तुम्हाला 'मखरात' बसवतात. तशीही अधिकारी आणि त्याच्या कुटुंबाची गाठ प्रशंसक, खुशामत करणारे, लाळघोटे अशा सगळ्यांशी पडत असतेच. योग्य कौतुकाचा नम्रपणे स्वीकार करणं आणि बाकीच्यांना तेवढ्याच नम्रपणे लांब ठेवणं हे काम अवघडच असतं. खरे प्रशंसक चार पावलं सोबतही चालतात, खारीचा वाटाही उचलतात आणि अधिकारी कुटुंबाबद्दल कायम सद्भावनाही बाळगतात. इतरेजन अतिरेकी कौतुकाचा पडदा तुमच्या विवेकबुद्धीवर टाकू पाहतात, जमिनीपासून चार बोटं वर चालायला प्रवृत्त करतात आणि तुमच्या नावाचा बाहेर वापर करून स्वत:चं ईप्सितही साध्य करून घेतात. थोडक्यात सांगायचं, तर 'तुमच्यासारखा अधिकारी आजपर्यंत झाला नाही' हे वाक्य आणि लाल बत्तीभोवतीचं मखर हे अत्यंत घातक आणि नशा आणणारं कॉंबिनेशन असतं.

तसंच अधिकाऱ्याचं पद, प्रतिष्ठा आणि लौकिक त्याच्या कुटुंबात आणि इतर समाजात एक दूरत्व पैदा करतं. मुळातच अधिकाऱ्यांची कुटुंबं समाजात फारशी मिसळत नाहीत. त्यांना हे भान नेहमीच ठेवावं लागतं; कारण त्यामुळे स्नेहबंध, लागेबांधे प्रस्थापित होतात. यामुळे जशा कामांसाठी शिफारशी

यायला लागतात, तसंच विवेकपूर्ण आणि निष्पक्षपणे निर्णय घेणं अधिकाऱ्याला अवघड जातं. काही कारणाने असे संबंध प्रस्थापित झालेच; तर असंही दिसतं की, बहुतांशी अधिकाऱ्याचं कुटुंब आणि मित्रकुटुंब आपापल्या मर्यादा राखून भेटत राहिले, तरी इतर लोक मात्र आपापली कामं करवून घेण्यासाठी ह्या मित्रकुटुंबावर इतका दबाव आणतात की, आपण उगीचच यांच्याशी स्नेह वाढवून या भल्या कुटुंबाला अडचणीत आणलं असं वाटतं. त्यामुळे अधिकारी वर्तुळाबाहेर संबंध खूपच कमी असतात. एका मर्यादित मित्रवर्तुळाशीच संबंध ठेवावे लागतात. नोकरीत जसजसा काळ जाईल, तसतशी ही बंधनं आणखी पाळावी लागतात, किंबहुना तशी सवयच होत जाते.साहेबाइतक्याच या गोष्टी मॅडमनाही पाळाव्या लागतात. मुळातच मित्रपरिवार मर्यादित झालेला असतो. नवऱ्याचे बॅचमेट्स किंवा बरोबरीचे अधिकारी आणि त्यांची कुटुंबं हेच आपले मित्र हा प्रकार नाइलाजाने स्वीकारावा लागतो. अर्थात या मर्यादित वर्तुळातही अगदी जिवाभावाच्या सख्या भेटतातच.

अधिकाऱ्याच्या या प्रतिमेचा आणखी एक पैलू म्हणजे 'मार्गदर्शक'. अधिकाऱ्याच्याही नकळत ही मार्गदर्शकाची भूमिका हळूहळू जम बसवते. मार्गदर्शन घेणाऱ्यांमध्ये यूपीएससीची परीक्षा देणाऱ्या होतकरू मुलांपासून नव्याने रुजू झालेल्या अधिकाऱ्यांपर्यंत आणि हाताखालच्या स्टाफच्या मुलांपासून अतिउत्साही पत्रकार आणि शुभचिंतकांपर्यंत तऱ्हेतऱ्हेची मंडळी समाविष्ट असतात. यांचा एक फॅन क्लब किंवा संप्रदायच तयार होतो, म्हटलं तरी चालेल. अधिकाऱ्याचं काम, त्याचं व्यक्तिमत्त्व याचा हा परिणाम असतो. आपलं मार्गदर्शन घेऊन चार लोक आयुष्यात चांगल्या मार्गाला लागले,मुलं वेगवेगळ्या क्षेत्रांत चांगलं काम करू लागली, कार्यक्षम अधिकारी तयार होण्यात आपलाही हातभार लागला तर कोणाला नको असतं? म्हणून तो अधिकारीही धडपड करून प्रसंगी विशेष प्रयत्न करून लोकांना मदत करत रहातो. त्याचे अर्थातच चांगले परिणामही मिळतात. क्वचित प्रसंगी भलेबुरे अनुभवही येतात. अशी मंडळी अधिकाऱ्याच्या नावाचा वापर करून स्वतःची पोळी भाजून घेतात. काहीजण स्वतःला अगदी कुटुंबाचाच घटक समजायला लागतात. वेळीअवेळी फोन करणं, वेळ खाणं असले उद्योग करतात. आपुलकीनं जवळ केलेले प्रशिक्षणार्थी अधिकारी 'दान सत्पात्री पडलेलं नाही'हे दाखवून देतात. अर्थात अशा गोष्टी चांगुलपणाची वाटचाल अहंकाराकडे होऊ देत नाहीत, हा मोठा फायदा असतोच.

प्रसंगी बायकोचंही 'महिमामंडन' होतं. तिच्या कामाबद्दल आणि ती साहेबाला

देत असलेल्या आधाराबद्दल तिचंही भयंकर कौतुक होतं. त्याचवेळी बऱ्याचदा अधिकाऱ्याचा नको तितका चांगुलपणा आणि वेळप्रसंगी कुटुंबाला द्यायचा वेळ आणि गरजा बाजूला सारून चालू असलेली समाजसेवा तिला संतापजनक वाटते. अधिकाऱ्याची प्रतिमा आणि त्या प्रतिमेला असणारे अहंकार, आदर्श, कर्तव्यनिष्ठा, समाजभान हे कंगोरे प्रसंगी बायकोला छोट्या मोठ्या कौटुंबिक सुखांची किंमत देऊन उजळावे लागतात. ती हळूहळू निर्विकार रहायला शिकते. बाह्य जगाला दिसू शकेल, अशा कोणत्याही उजळ प्रतिमेची तिला गरज वाटत नसल्याने कोणाला किती मर्यादेबाहेर जाऊन मदत करायची, याबद्दल ती अधिक सजग होते. विशेषत: प्रशिक्षणार्थी किंवा कनिष्ठ अधिकाऱ्याला मार्गदर्शन आणि मदत करताना एक सीमारेषा आखून घेतलेली चांगली असते. कारण गरज असेल तोवर असा नवा अधिकारी तुमच्या पंखांखाली राहतो. त्याचा/तिचा नोकरीत जम बसेल, तसतसं व्यावसायिक आणि वैयक्तिक आयुष्यातही ती / तो स्वत:च्या बुद्धीने चालू पाहतो. मार्गदर्शकाला त्याचं/तिचं हे वर्तन चांगलंच बोचतं, प्रसंगी दुखावतंही. त्यामुळे मार्गदर्शन किंवा मदत ही अनावश्यक 'पालकत्वाचं' रूप धारण करत नाही ना, याची काळजी घ्यावी लागते. अर्थात अशा बाबतीत स्वत:ला आलेले अनुभव हाच 'सर्वोत्तम मार्गदर्शक(?)' असतो हे सांगणे नलगे!

या मार्गदर्शनासंदर्भात एक मजेदार किस्साही आठवतो. एका जिल्ह्यात जिल्हाधिकारी म्हणून नेमणूक असताना एक विशेष बैठक बोलावली गेली. त्या जिल्ह्यात काम करणाऱ्या वेगवेगळ्या स्वयंसेवी संस्थांनी एकत्र येऊन एक संघटना स्थापन केली होती. साहेबांनी आपल्याला मार्गदर्शन करावं, असा त्यांचा आग्रह होता. मीदेखील त्या बैठकीमध्ये सहभागी होते. त्यातील बऱ्याचशा संस्था या स्वयंसेवी संस्था या व्याख्येत बसू शकतील अशा नव्हत्या. उदा. कबड्डी क्लब, मातीतील कुस्तीगीरांचा आखाडा, सेंद्रिय पद्धतीने भाजीपाला पिकवणाऱ्या शेतकऱ्यांचा गट इ. त्यामुळे पहिल्यांदा 'स्वयंसेवी संस्था म्हणजे काय? त्यांचं मूलभूत स्वरूप कसं असलं पाहिजे? लोकांसाठी काम करताना कोणती पथ्यं पाळली गेली पाहिजेत?' वगैरे विस्तृत चर्चा आम्ही घडवली. त्या वेगवेगळ्या संस्था आपापल्या कार्यक्षेत्रात आणि एकत्रितपणे कसे काम करू शकतील, याचाही विचार झाला. तुम्ही स्वत:ची कार्यपद्धती स्वत:च विकसित केली पाहिजे, ती व्यक्तीकेंद्रित किंवा जिल्हाधिकाऱ्याच्या मदतीवर आणि मर्जीवर अवलंबून असता कामा नये; नाहीतर अधिकारी बदलला की, कामाचं स्वरूप आणि व्याप्ती बदलली, असा धोका असतो - वगैरे मुद्द्यांवरही

चर्चा झाली. चर्चा झालेल्या मुद्द्यांनुसार आता तुम्ही आपापल्या कामाचा आढावा घ्या आणि आवश्यक ते फेरबदल करा. तुमच्या कामाची व्याप्ती कशी वाढेल आणि अधिकाधिक लोक त्याचा फायदा कसा घेऊ शकतील असा प्रयत्न करा.' असं सांगून साहेबांनी बैठकीचा समारोप केला. सर्व लोक खूश दिसत होते; त्यामुळे आजची बैठक सफल झाली, असं वाटतंय न वाटतंय, तोच आभारप्रदर्शनासाठी संस्थेचे चिटणीस उभे राहिले. साहेब आणि मॅडमचे भरघोस आभार मानून 'आजचं मार्गदर्शन सर्वांना आवडलं आणि ते सर्वांना उपयोगी पडेल' असं त्यांनी सांगितलं. त्यानंतर समारोप करताना ते म्हणाले, ''आता साहेबांनी सांगावं, की आम्ही नेमकं काय करावं, आम्ही बरोब्बर तसंच करू!'' संपूर्ण रामायण ऐकल्यावर रामाची सीता कोण होती, अशी आमची अवस्था झाली. सखाराम गटणेत पु.लं. म्हणतात तसं सेक्रेटरी या मनुष्य विषयास पोच असता कामा नये, याचं प्रत्यंतर आलं; पण चिटणीससाहेबांना त्याचं काही नव्हतं. ते पुढच्या चहापाण्याच्या व्यवस्थेकडे वळले होते. मॅडम आणि साहेबांबरोबर आपण एक बैठक घडवून आणली, यातच ते प्रचंड खूश होते. चिटणीसांची ही अवस्था म्हटल्यावर मातीतले कुस्तीवाले आणि कबड्डी क्लबवाल्यांकडे बघायचा आम्हाला धीरच झाला नाही. असो.

तर अशा स्वत: तयार केलेल्या, परिस्थितीमुळे घडलेल्या आणि समाजमानसात अधिकाऱ्याच्या एकंदर असलेल्या प्रतिमेमुळे अधिकाऱ्याच्या आणि त्याच्या कुटुंबाच्या वाटचालीत वेगवेगळे ताणतणाव असंख्य रंगरूपं निर्माण करत जातात. स्वनिर्मित प्रतिमा बनवणं आणि ती घासून पुसून चमकदार ठेवणं सगळ्यात अवघड जातं. प्रतिदिन घडण्याची-बिघडण्याची ही प्रक्रिया अनुभवण्याचं भाग्य लाभणं हा मोठा नशिबाचाच भाग असतो! तो तुम्ही किती आनंदाने स्वीकारता, यावर त्या प्रवासाची मजा अवलंबून असते.

❖

ढासळती उतरंड आणि पोखरलेलं घर

स्वातंत्र्यपूर्व काळात हा खंडप्राय देश चालवण्यासाठी ब्रिटिशांनी प्रशासनिक व्यवस्थेची जी पोलादी चौकट उभारली, तीच चौकट स्वातंत्र्योत्तर काळातही आपलं काम तेवढ्याच सक्षमपणे करत राहिली. याच पोलादी चौकटीच्या जोरावर स्वातंत्र्य मिळाल्यानंतरच्या निवडणुका, निर्वासितांचे प्रश्न, पंचवार्षिक योजना, दुष्काळ, हरित क्रांती आणि प्रशासनाची सुव्यवस्था लावणं शक्य झालं. या प्रशासकीय पोलादी चौकटीचं महत्त्व आणि तिचा बळकटपणा हा तिची रचना, तिची शिस्त, तिची अधिकारविषयक उतरंड आणि त्यातल्या प्रत्येक घटकाचं उत्तरदायित्व यावर अवलंबून आहे. भारतासारख्या प्रचंड विविधता असलेल्या या देशाला चालवण्यात या व्यवस्थेचा सिंहाचा वाटा आहे. एरवी प्रशासन चालू आहे, कायदा-सुव्यवस्था जागेवर आहेत याची आपल्याला ठळकपणे जाणीवही होणार नाही. पण सार्वत्रिक निवडणुका, नैसर्गिक आपत्ती, बाह्य आक्रमण अशा परिस्थितींमध्ये प्रशासन काय असतं, याची खरी चुणूक दिसून येते. प्रशासनाचा भीमकाय गाडा एकदा चालू लागला की, अशक्य वाटणारी कामंही तो करून दाखवतो. उच्चाधिकाऱ्यांपासून अगदी तळातल्या कर्मचाऱ्यांपर्यंत प्रत्येक भागाचं काम आणि त्याची जागा ही एखाद्या यंत्राच्या भागांसारखी अचूक बसविलेली आहे असं दिसतं. जेवढा खोलात जाऊन त्याचा अभ्यास करावा, तेवढा हा अचंबित करणारा प्रकार आहे. या चौकटीची लवचिकता आणि सर्वसमावेशकता वाखाणण्यासारखी आहे.

प्रशासनिक सेवेचा भाग असलेल्या प्रत्येक अधिकाऱ्याच्या व्यावसायिक प्रवासात साधारणत: किती वर्षांच्या अनुभवानंतर त्याला कुठलं पद मिळेल, याची एक सर्वसाधारण स्वरूपाची निश्चित रचना आणि उतरंड असते. अधिकाऱ्याचं प्रशिक्षण, त्याची पहिली नेमणूक, त्याला मिळणारी पदोन्नती हे सगळं काही व्यवस्थितरित्या पाळलं गेल्यास प्रत्येक अधिकाऱ्याला टप्प्याटप्प्याने

सर्व नेमणुकांवर आवश्यक तो कार्यकाल मिळतो. एक अधिकारी म्हणून त्याचा चतुरस्त्र विकास होण्यासाठी हा प्रवास आवश्यक आणि योग्य असतो, त्याचा कामाचा आवाका, त्याचं समर्पण वेगवेगळं असलं; तरी एकेका पदावर किमान विशिष्ट काळ काम करायला मिळाल्यामुळे त्याचं प्रशासनिक शिक्षण, जाण आणि पाया भक्कम होतो.

दुर्दैवाने प्रशासनाची ही पोलादी चौकट गेल्या ४०-५० वर्षांत हळूहळू गंजत गेली आहे. ब्रिटिश काळातील किंवा स्वातंत्र्योत्तर काळातील प्रशासकांच्या आठवणी वाचल्यावर हा फरक स्पष्टपणे जाणवतो. प्रत्येक गोष्ट खोलात जाऊन शिकणं, काटेकोर नोंदी ठेवणं, महसूलविषयक शिस्त आणि कायदा व सुव्यवस्थेचं पालन याबाबत कोणतीही हयगय न करणं, आपल्या अधिकारक्षेत्राचे वारंवार दौरे करणं या गोष्टी कमी कमी होत गेल्याचं स्पष्टपणे जाणवतं. अर्थात नियमाला प्रत्येक ठिकाणी अपवाद असतातच, हे विसरता कामा नये. गेली काही वर्षं बघितलेला, अनुभवलेला, प्रकर्षाने जाणवणारा आणि छळणारा प्रश्न म्हणजे प्रशासनाच्या उतरंडीमध्ये वाढणारी दरी.

जेवढा आमचा अनुभव आहे, त्या काळातील निरीक्षणं निश्चित असं अनुमान काढतात की, ज्याला 'कमिटेड ब्यूरोक्रसी' (राजनिष्ठ प्रशासक) म्हणता येईल अशा व्यवस्थेने पोलादी चौकटीची रचना आणि उतरंड खिळखिळी करण्यात चांगलाच हातभार लावला आहे. वास्तविक पाहता प्रशासन हे राजकीय प्रभावापासून मुक्त असणं आवश्यक आहे. राजकीय नेतृत्व जरी धोरणविषयक निर्णय घेत असलं, तरी ते प्रत्यक्ष राबविण्याचं काम प्रशासन करीत असतं. राजकीय नेतृत्व कोणत्याही पक्षाचं असलं, तरी प्रशासन त्याच्या राजकीय विचारांपासून अलिप्त असलं पाहिजे. परंतु दुर्दैवाने काही प्रशासकीय अधिकारी ही अलिप्तता राखताना दिसत नाहीत. असे राजनिष्ठ अधिकारी घटनात्मक मूल्यांशी आणि नागरी सेवांमध्ये अपेक्षित मूल्यांशी फारकत घेऊन एखाद्या विशिष्ट राजकीय नेत्याशी अगर पक्षाशी स्वतःला जुळवून घेतात. अर्थातच तो नेता किंवा पक्ष अधिकाऱ्याच्या नेमणुका, बदल्या, भ्रष्टाचाराच्या आरोपांवरून अभयदान अशा गोष्टींची जबाबदारी घेतो. तो नेता/पक्ष सत्तेत असेल, तेव्हा अशा अधिकाऱ्यांना मलईदार पोस्टिंग्ज् मिळणार याची खात्री असते. विरोधी पक्ष सत्तेत असेल; तेव्हा काही वर्षं साईड पोस्टिंग्जवर रहायचं, असा हिशोब असतो. याची परतफेड म्हणून अर्थातच अधिकारी या राजकीय नेतृत्वाची सर्व कामं बिनबोभाट करतात, तिथे योग्य-अयोग्यतेचा विचार करणं मुळीच अपेक्षित नसतं.

कधीकधी आपल्याला हवे ते अधिकारी हव्या त्या विवक्षित जागी लावण्यासाठी राजकीय नेते व सत्ताधारी पक्ष अधिकाऱ्यांच्या वरिष्ठता-कनिष्ठतेकडे दुर्लक्ष करतात. एकदा का ही उतरंड बिघडली की, कनिष्ठ कर्मचारी आपल्या वरिष्ठाला डावलून थेट नेत्यांकडून दबाव आणून आपल्या बदल्या नियुक्त्या करवून घेऊ लागतात. एखाद्या नायब तहसिलदाराच्या अगर कॉन्स्टेबलच्या नियम डावलून करायच्या असलेल्या विशेष नियुक्ती अगर बदलीसाठी थेट मुख्यमंत्री कार्यालय मंत्री, विधानसभा स्पीकर्स अशा ठिकाणांतून फोन येतात. हे सगळं पहाणं, झेलणं, त्याला विरोध करणं प्रचंड त्रासाचं असतं. काहींच्या बाबतीत एखादा विशिष्ट अधिकारी विशिष्ट पदावर नियुक्त व्हावा, यासाठी हितसंबंधी गट पैसा, वशिले, राजकीय वजन यांची संपूर्ण व्यवस्था करतात. उदा. आयकर विभाग, अबकारी कर विभाग, एखाद्या महत्त्वाच्या जिल्ह्यात जिल्हाधिकारी किंवा पोलीसप्रमुख म्हणून नियुक्ती मिळविण्यासाठी अधिकारी स्वत:ही व्यावसायिक, प्रॉपर्टी डीलर्स इ. ची लॉबी हाताशी धरतात. जेव्हा अशा नेमणुका होतात, तेव्हा त्या अधिकाऱ्यांच्या वरिष्ठांपासून चपराश्यांपर्यंत आणि हितसंबंधी गटांपासून सामान्य लोकांपर्यंत सगळ्यांना तो कोणाचा माणूस आहे, हे माहीत असतं. त्यामुळे त्या 'वरदहस्ताच्या' हस्तकांची सर्व कामं बिनबोभाट होतात. त्यात योग्य-अयोग्य, कायदेशीर, बेकायदेशीर वगैरे गोष्टींचा विचार होणं अर्थातच अपेक्षित नसतं. उलट अधिकाऱ्याने आपली तैलबुद्धी कायदे वाकवण्यासाठी आणि नियमांतून पळवाटा शोधून काढण्यासाठी खर्च करावी, अशी अपेक्षा असते.

अर्थातच यामुळे अपेक्षित गोष्टी घडतात. एकीकडे सांगितली गेलेली सर्व कामं बिनबोभाट पार पडतात, तर दुसरीकडे कनिष्ठ अधिकारी आणि कर्मचाऱ्यांवरचा त्याचा वचक संपतो.स्वत:च मुळात कोणाकोणाचे टेकू दिलेल्या खुर्चीवर तो बसलेला असल्याने नियम आणि कायद्याची भाषा तो कोणत्या तोंडाने बोलणार? भ्रष्टाचारावर आणि कामचुकारपणावर कसा अंकुश ठेवणार? मग मनमानी, उद्दामपणा आणि निरंकुशता वाढतेच. कारभारावरचं नियंत्रण संपतं. सामान्य माणसाच्या हिताचा बळी देऊन प्रत्येकाला खूश ठेवण्याचा प्रयत्न केला जातो. नियम वाकवून, कायद्यांतून पळवाटा काढून कामं करवून दिली जातात. अशा परिस्थितीत गल्लीबोळातले पक्षकार्यकर्ते, ज्यांना समोर उभं करायचीसुद्धा लायकी नाही असे खुषमस्करे चमचे, छोटे-मोठे पत्रकार (माफ करा, यात कोणाविरुद्धही आकस नाही, केवळ पोटतिडीक आहे.) शिरजोर बनतात. कोणीही कधीही तुमच्या कार्यालयात, घरच्या कार्यालयात येऊन

तुम्हाला ठणकवायला लागतं. आज इतकी वर्षं हे सगळं ऐकून -पाहूनसुद्धा आता लिहीत असताना डोळ्यांत पाणी उभं राहिलंय. एका बलाढ्य यंत्रणेची अशी दुर्दशा मन खिन्न करून टाकते. असे अधिकारी नंतर त्यांच्याकडे येणाऱ्या प्रशिक्षणार्थी उमेदवार अधिकाऱ्यांना अशाच प्रकारे 'पद्धतशीर' प्रशिक्षण देतात. राजनिष्ठेचं हे बाळकडू बहुतेकांच्या अंगात चांगलंच भिनतं. त्याची शिसारी येऊन ते थुंकून टाकण्याची धमक दाखवणारे फार थोडे असतात.

दुसरीकडे काही अधिकारी आपली अकार्यक्षमता आणि कोणताही निर्णय न घेण्याची जी कणाहीन वृत्ती असते, त्यावर पांघरूण घालण्यासाठी राजकीय दबावाचं कारण पुढे करून स्वत:चा बचाव करतात. असे अधिकारी भ्रष्ट असतात, असंही नाही; परंतु राजकीय दबाव येण्याच्या सीमारेषेपर्यंत तरी त्यांची कार्यक्षमता दिसावी की नाही; तर तसंही आढळत नाही. स्वत:चं कार्यालय कार्यक्षमतेने चालवणं आणि सर्वसामान्य प्रशासनात सुसूत्रता आणणं हेही ते करताना दिसत नाहीत. रोज येणाऱ्या फाईल्सवर निर्णय घेणं तर सोडाच परंतु मुख्यालयात नियमितपणे उपस्थित रहाणंदेखील त्यांना गरजेचं वाटत नाही. असे अधिकारी राजकीय नेत्यांना सोयीचे ठरतात, त्यांच्यावर दबाव आणण्याचीही गरज पडत नाही. असे अधिकारी प्रशासकीय सेवांत येतातच का, असा प्रश्न पडतो. पर्यायाने जनतेचं अतोनात नुकसान होतं.

सगळ्यात भयावह चित्र म्हणजे प्रशासनाने आपली संवेदनशीलता गमावणं! भ्रष्ट प्रशासन किंवा अकार्यक्षम प्रशासनापेक्षाही संवेदनाशून्य प्रशासन अधिक धोक्याचं आहे, नुकसानदायक आहे. आणि ही कमतरता फार भीतीदायक आहे. सामान्य माणसाची दु:खं, अडचणी समजून न घेण्याची ,त्यावर काम न करण्याची वाढती प्रवृत्ती म्हणजे कधी नष्ट न होणारी विषवल्ली आहे. ज्या नोकरीच्या नावातच 'नागरी आणि सेवा' असे स्पष्ट उल्लेख नमूद केलेले आहेत, ती नागरिकांसाठी राहिलेली दिसत नाही आणि सेवेचा तर लवलेशही कुठे दिसत नाही. 'बळी तो कानपिळी' हे चित्रच बहुतेक ठिकाणी दिसतं. वाळवंटातल्या ओॲसिससारखी थोडीफार हिरवी बेटं अधून मधून दिसतात एवढंच समाधान.

हे खरं आहे की भारतातले सुपीक, बुद्धिमंत मेंदूच यूपीएससीच्या परीक्षांच्या चाळणीतून या सेवांमध्ये येतात. या सेवांची लोकप्रियता कधी आटत नाही. या परीक्षेचं ग्लॅमर, सरकारी उच्चपदस्थ सेवेची प्रतिष्ठा कधी कमी होत नाही, पुढेही होणार नाही. दरवर्षी यशस्वी होणारे उमेदवार देशाची, समाजाची सेवा करण्यासाठीच यात येतात. निदान या सर्वांच्या मुलाखती तरी हेच सांगतात.

परंतु प्रत्यक्षात चित्र मात्र बऱ्यापैकी वेगळं दिसतं. या अधिकाऱ्यांची ही स्वप्नं आणि निश्चय फार काळ टिकू शकत नाहीत की काय असं वाटतं. शिवाय व्यवस्थेचं राजकीयीकरण झाल्याने तिची अंतर्गत रचना अशी झालीय की, काम न करणाऱ्यांचं एकवेळ चालून जातं; पण जे स्वतंत्रपणे विचारपूर्वक काम करतात, त्यांना लगाम घालायची व्यवस्था मात्र तातडीने केली जाते. त्यांच्या चौकशा सुरू केल्या जातात, वारंवार बदल्या केल्या जातात किंवा काही काळ नेमणुकीविनाही ठेवलं जातं. त्यांना वेसण घालण्याचे प्रयत्न हरतऱ्हेने केले जातात. अधिकाऱ्यांनी ज्या पदांवर ते आहेत ते काम जास्तीत जास्त उत्तमपणे करावं; कारण ते समाजासाठी, निवडून आलेल्या सर्व स्तरांतल्या राजकीय नेत्यांसाठी, सरकारसाठी अंतिमत: भल्याचंच असतं; परंतु प्रत्यक्षात पूर्ण उलटी विचारसरणी इथे काम करते. अधिकाऱ्यांनी त्यांची बुद्धिमत्ता चुकीची कामं करण्यासाठी, अप्रत्यक्षपणे राजकीय-आर्थिक लाभ मिळवून देण्यासाठी वापरावी, अशी अपेक्षा बाळगली जाते. त्यांनी ते सरळपणे न केल्यास प्रचंड दबाव आणला जातो. ज्यांना हे काम जमत नाही, पचत आणि रुचत नाही, असे कितीतरी अधिकारी नोकऱ्या सोडून खाजगी क्षेत्रात जातात. गेल्या काही वर्षांत नोकरीच्या सुरुवातीच्या ५-१० वर्षांतच सनदी सेवांना रामराम ठोकण्याचं प्रमाण लक्षणीयरीत्या वाढलं आहे. त्यातले सगळेच काही खाजगी क्षेत्रातला पैसा, विदेशात मिळणाऱ्या संधी, परदेशी वास्तव्य यासाठी जात नाहीत. इथलं घुसमटवणारं वातावरण, राजकीय दबाव, गलिच्छ राजकारण, अधिकाऱ्यांमधला समन्वयाचा-एकजुटीचा अभाव आणि परस्परविश्वासाला लागलेली कीड या सगळ्या गोष्टी याला कमीअधिक प्रमाणात कारणीभूत आहेत.

प्रशासन सेवा पूर्वीइतक्या स्वतंत्र आणि निष्पक्ष राहिलेल्या नाहीत. त्यांची अलिप्तता आणि निडरपणा बऱ्यापैकी संपलेला आहे. त्यांच्या स्वातंत्र्याचा पुरेसा संकोच झालेला आहे, नव्हे अधिकाऱ्यांनी होऊ दिलेला आहे. जास्तीत जास्त काय तर आपली बदली होऊ शकते, हे विसरून जाऊन अधिकारी झुकायला सांगितल्यावर लोळण घेताना दिसताहेत. सत्तेचा आणि पदाचा लोभ, दुसरं राज्य केडर म्हणून मिळालं असल्यास आपल्या गृहराज्यात प्रतिनियुक्तीवर जाण्यासाठीच्या केलेल्या राजकीय नेतृत्वाबरोबरच्या तडजोडी, योग्य गोष्टींसाठी स्टँड घेण्याची तयारी नसणं, विषयाचा अभ्यास नसणं या गोष्टी रुजल्या आहेत.

बऱ्याचदा राजकीय नेते आणि राजनिष्ठ प्रशासक यांच्याकडून काही अगदी तरुण, नव्या अधिकाऱ्यांची नोकरीत आल्याआल्याच इतकी ससेहोलपट केली जाते की, ते अगदी हतबल, निराश होऊन जाताना दिसतात. त्यांची आणि

एकंदरीत नोकरशाहीची अशी कमकुवत अवस्था होण्यास फक्त राजकीय नेते जबाबदार नसतात. अधिकारीही तितकेच जबाबदार असतात.त्यांच्या चुकीच्या कामांतून भ्रष्ट आचरणातून मिळालेल्या सत्तेचा, संपत्तीचा उपभोग घेणारी त्यांची कुटुंबंही जबाबदार असतात. वास्तविक पहाता ही नोकरी कुटुंबाला काय देत नाही? अगदी उदाहरण घ्यायचं झालं तर जिल्हाधिकारी किंवा तत्सम मोठ्या अधिकाऱ्याचं घर म्हणजे फक्त त्या कुटुंबाचं राजेशाही घर नसतं. त्याचा भव्यपणा, सजावट, सफाई, इतर व्यवस्था यांची विशेष काळजी घेतली जाते. ती आवश्यकही असते, कारण ते जिल्हाधिकारी आणि जिल्हादंडाधिकाऱ्याचं घर असतं. जिल्ह्याच्या कारभाराची महत्त्वपूर्ण सूत्रं तिथून हलतात.तिथे कार्यालय असतं, बैठका होतात. रात्रंदिवस फोन चालू असतो, माणसांची सतत वर्दळ असते. या सर्व उस्तवारीसाठी माळी, सफाईसेवक, आचारी, ड्रायव्हर्स, शिपाई, पहारेकरी, टेलिफोन ऑपरेटर्स, स्वीय सहाय्यक असतात. पण हे सर्व काही उत्कृष्ट प्रशासनासाठी आवश्यक असलेलं पाठबळ असतं, हे विसरलं जातं. कुटुंब लालबत्ती विकाराने अधिक ग्रस्त होतं आणि राजेशाही पद्धतीने त्याचा वाटेल तसा उपभोग घेतला जातो.

पंजाबमधल्या आमच्या सुरुवातीच्या काही पोस्टिंग्ज्मध्ये किराणा-भाजीपाला, दूध इ. गोष्टी बाजारातून पैसे देऊन आणल्या जातील, ही बाब नोकरांना वारंवार ठसवून सांगावी लागली. अन्यथा बऱ्याच ठिकाणी मोठ्या साहेबांच्या घरची सर्व खरेदी करायची जबाबदारी तहसीलदार, नायब तहसीलदार इ. अधिकाऱ्यांना दिलेली असे. इतकंच काय पण सुरुवातीला सामान आणण्यासाठी माणूस गेल्यानंतर दुकानदार पैसे घ्यायला नकार देत. ही प्रथा मोडून काढण्यासाठी आम्हाला बरेच प्रयत्न करावे लागले. अशा गोष्टी 'प्रांतविशेष' असाव्यात, असं आम्ही मानून चाललो होतो; पण महाराष्ट्रातही अशा गोष्टींनी बऱ्यापैकी मूळ धरलेलं आहे, असं लक्षात आलं.

सुट्टीत महाराष्ट्रात घरी आलेलो असताना घराचं रंगकाम काढलं होतं. त्यावेळी त्या ठेकेदारानं जिल्ह्यातून नुकतेच बदलून गेलेले एक साहेब आणि त्यांच्या पत्नीच्या काही सुरस आणि चमत्कारिक गोष्टी ऐकवल्या. त्यात दुकानांतून बघायला म्हणून साड्या मागवणं आणि सगळ्याच ठेवून घेणं (बिलाबाबत कोणतीही चर्चा न करता), मिठाईवाल्याकडून दरमहा मिठाया नमकीन मागवणं अशा बऱ्याच गोष्टी होत्या. हे असं काही ऐकलं की, मन खिन्न होऊन जातं. बदलून गेलेल्या अधिकाऱ्याच्या कामाबाबत लोकांना फार काही माहीत नसेल, तर एकवेळ चालून जाईल; पण अशा हीन दर्जाच्या

चर्चा निदान होऊ नयेत. आपल्या घरात आलेलं प्रत्येक सामान, अन्नधान्य, दूधदुभतं, फळं, कपडे, दारूच्या बाटल्या कोणाकडून तरी जबरदस्तीनं वसूल केलं गेलेलं आहे; त्या सगळ्यामागे भ्रष्टाचार, जमिनींवरचे अवैध कब्जे, खोटे परवाने, ड्रग्जची तस्करी, वाळूचा अवैध उपसा अशी पापांची मालिका उभी आहे - या गोष्टी अधिकारी आणि त्यांच्या कुटुंबांना कधीच का टोचणी लावत नाहीत? आपल्या अशा कृत्यांमुळे प्रत्यक्ष अप्रत्यक्षपणे कितीतरी लोकांचे संसार उद्ध्वस्त होतात. अनेक पिढ्या नशेपायी बरबाद होतात. मुलं दर्जेदार शिक्षणाअभावी वंचित रहातात. पैशांसाठी होणाऱ्या भ्रूणहत्यांकडे दुर्लक्ष केलं जातं. गरिबांना सरकारी दवाखान्यांत उपचार मिळत नाहीत, त्यांच्या हक्काच्या जमिनींच्या तुकड्यांवर धनदांडगे कब्जा करतात. असं असताना आपण कोणता बेगडी संसार उभा करत आहोत?

म्हातारी मेल्याचं दुःख नाही आणि काळ सोकावला, तरी त्याचंही काही वाटत नाही - असं का? आपल्या काठीचा किंचितही टेकू न देता कुठला गोवर्धन उचलला जायची आपण वाट पहात आहोत? आणि त्या विधात्यानेही आपली करंगळी आपल्यासारख्या लोकांसाठी का उचलायची? कधी कधी हे सगळं काय चाललं आहे, हे कळेनासं होतं. आपण आपलं रक्त कशासाठी आणि कुणासाठी आटवतो आहोत, असं वाटायला लागतं. आपण आपल्या कामाच्या, मूल्यांच्या सच्चेपणाच्या धुंदीत तर जगत नाही ना, असंही वाटून जातं. ज्या समाजात विधायक बदल घडविण्यासाठी, घटनात्मक मूल्यांची बांधिलकी मानून सर्वांशी लढायचं, त्या समाजाला खरंच बदलायचं आहे का? की नीरक्षीरविवेकाला तिलांजली देवून छोट्यामोठ्या स्वार्थामध्ये लडबडत रहाण्यातच समाज सुखी आहे? एक समाज म्हणून, एक देश म्हणून आपण वैयक्तिक स्वार्थापलीकडे कधी पाहू शकू की नाही? जसे लोक, तसे त्यांचे देव हे खरं आहेच. लोकांची इच्छा आणि लायकी जशी असेल, तसेच शासनकर्ते त्यांना मिळणार आणि त्याला जोडूनच असं म्हणता येईल की, तसे प्रशासकही त्यांना मिळणार. ही परिस्थिती बदलू पाहणारे आपण कोण? आपल्यासारख्या चारदोन लोकांमुळे हे प्रश्न सुटणार आहेत का? की आपण कुठल्यातरी भ्रमात आहोत? असेही प्रश्न पडतात.

'या अशा भ्रमातून बाहेर या' असं सांगणारेही खूप भेटले. आमची वाट केवळ निराशेकडे नेणारी आहे, असं सुचवणारेही भेटले. आपल्या तत्त्वांसाठी लढताना वारंवार होणाऱ्या बदल्यांची प्रसंगी घरच्या लोकांनीही टर उडवली, तेव्हा जखमांवर मीठ चोळलं गेलंच. आपण आपल्या मुलांचं नुकसान तर

करत नाही ना, असंही बऱ्याचदा वाटलं. सगळं सोडून हिमालयात पळून जावं, असेही बेत शिजले. असे टप्पे थोड्या-थोड्या काळाने येत राहतात. सगळ्या परिस्थितीचा प्रचंड उबग येतो. पोखरलेल्या घरात आपण राहतो आहोत, असं भय मनात दाटतं. मळलेल्या वाटा सोडून आडमार्गाने जावंसं वाटतं. काहीकाळ कुठे दुसरीकडे प्रतिनियुक्तीवर (डेप्युटेशन) गेलं, तरी परिस्थिती फार वेगळी असते असं नाही. संदर्भ बदलतात, परिस्थिती बदलते, नव्याच्या शोधात जुन्याचा काहीकाळ विसरही पडतो; पण तो काही खरा नसतो. नव्याची पुरेशी ओळख होईपर्यंत नवं ते छान असं वाटतं.

स्वत:चं काही काम स्वतंत्रपणे उभं करावं, असं वाटतं. अनेक समाजसेवी संस्था वेगवेगळ्या क्षेत्रात कामं करताना दिसतात. तसं काही काम करावं, असंही वाटतं. त्याचवेळी हेही जाणवतं की, समाजसेवी संस्था या सरकारला पर्याय असू शकत नाहीत. त्यांच्या कामांचा गवगवा खूप होतो, पण सरकारच्या अचाट क्षमतेची बरोबरी कोणीही करू शकत नाहीत. सरकार नावाच्या विशाल सामाजिक संस्थेला दुसरा तेवढाच सक्षम पर्याय असू शकत नाही. कुंभमेळा, पल्स पोलिओ मोहीम, दहशतवादी शक्तींचा बिमोड ही अशा सरकारी सामर्थ्याची आणि व्यवस्थापनाची उत्तम उदाहरणं आहेत. समोरच्या प्रश्नावर सर्व सामर्थ्य एकवटून त्यावर चिकाटीने काम करत रहाणं हे जेवढं सरकार करू शकतं, तेवढी ताकद स्वयंसेवी संस्था टिकवू शकतीलच असं नाही. ध्येयवादालाही मर्यादा असतात. त्यामुळे व्यवस्थेच्या बाहेर असलेल्या समाजसेवी संस्था आणि प्रत्यक्ष व्यवस्था यांनी परस्परपूरक भूमिका घेणं अधिक योग्य. व्यवस्थेच्या बाहेरून चाबकाचे फटकारे मारणारे खूप आहेत; पण व्यवस्था चांगली चालावी, म्हणून आत राहून घट्टपणे काम करणारेही हवेतच असंही वाटतं. असो. काही निश्चित निर्णय होत नाही, तोवर हा खयाली पुलाव शिजत पडलेलाच बरा!

✧

शेवटचं थोडंसं...

शेवटचं प्रकरण लिहिण्यापूर्वी थोडं थबकून आधीच्या लिखाणावर नजर फिरवली; तेव्हा वाटलं की, अजून तर खूप काम करायचं आहे, अजून प्रवास अर्धाच झाला आहे. प्रशासकीय सेवेव्यतिरिक्त इतरही क्षेत्रं खुणावताहेत. असं असताना आपण पोक्तपणाचा आव आणून चरित्र किंवा आत्मचरित्रासारखं काही तर नाही ना लिहून बसलो? पण नंतर विचार केल्यावर जाणवलं की, यात कुठलाही आव किंवा अभिनिवेश नाही. सुरुवातीलाच म्हटल्याप्रमाणे हे फक्त एक शेअरिंग आहे. एका अनेक पातळ्यांवर चालत राहिलेल्या लढ्याबद्दलचं मनमोकळं बोलणं आहे. रिव्हर राफ्टिंग करताना वेगवान, उसळत्या पाण्यावर ती राफ्ट जशी अत्यंत वेगाने उसळत, घुसळत, आपटत, भिजत प्रवास करते, एकाच वेळी उत्सुकता, आनंद, थरार, भीती या सगळ्यांचा अनुभव देते, तसा काहीसा हा प्रवास आहे आणि तो पुढेही चालू राहील.

किश्तवाड, जिल्हा डोडा, जम्मू-काश्मीरमध्ये आम्ही होतो (१९९८-९९), तेव्हा वातावरण दहशतीच्या छायेखाली होतं. कारगिल युद्ध त्याच काळात जिल्ह्याच्या सीमेपाशी झालं. स्थानिक लोकांची दुर्दशा, संशयाचं आणि तणावपूर्ण वातावरण, सैन्याचा दबाव आणि अतिरेक्यांची दहशत असा चौपदरी पेच होता. संध्याकाळी ६ नंतर रोज लागणारा कर्फ्यू, सायरनचे आवाज, नंतरची स्मशानशांतता या रोजच्या गोष्टी असत. पोलीसपार्टी बरोबर घेऊन रात्री उशिरापर्यंत पेट्रोलिंगला जाणारा साहेब आणि चारी बाजूंनी डोंगरांवरून ऐकू येणारा फायरिंगचा धडधडाट असा बेत बऱ्याचदा असे. साहेबाची आयएएसमध्ये निवड होऊन आम्ही तिथून बाहेर पडल्यानंतर दोनच वर्षांनी एका भूसुरुंगाच्या (लँडमाईनच्या) स्फोटात (आम्ही वापरत असलेली) आमची गाडी उडाली. ही तीच गाडी होती, ज्यामध्ये बसून कधी कधी आम्ही दोघं सफरचंदांच्या फुलांचा बहर किंवा किश्तवाडमध्ये एका टेकडीवर असलेला रानगुलाबांचा अफाट

पसारा बघायला जात असू. दहशतवादाच्या आणि असंख्य हत्यांच्या काजळीने वातावरण काळवंडलेलं असलं; तरी त्यात येता काळ नक्की चांगला असेल, इथली मैदानं पुन्हा जंगली गुलाबांच्या जाळ्यांनी बहरून जातील, फांद्याफांद्यांवर रसरशीत सफरचंदं झुलतील - असं आश्वासन देत सफरचंदांचे ते बहर आणि ते गुलाब तिथं विश्वासाने उभे असत. अशा वेळी आमचे अंगरक्षकही थोड्या अंतरावर शांतपणे उभे रहात असत. कदाचित त्यांनासुद्धा थोडावेळ बंदुका बाजूला ठेवून सुगंधी श्वास घेण्याचा आनंद मिळत असेल. इतक्या सुंदर आठवणी जिच्याशी जुळलेल्या होत्या, ती आमची गाडी ३०-४० फूट उंच उडाली आणि तिचे तुकडे झाले. या पदावर नियुक्त असलेला नवा पोलीस अधिकारी आणि आमचा ड्रायव्हर ठार झाले. बातमी कळली, तेव्हा खूप वाईट वाटलं. त्याजागी कदाचित आपणही असू शकलो असतो, या कल्पनेनं मन क्षणभर थरथरलं, श्वास थांबला; पण त्याचवेळी एक अदृश्य आश्वासन मात्र मनात होतं, अजूनही आहे, आजही मनापासून तसंच वाटतं की, एक गोष्ट मात्र निश्चित आहे की, मारणारे हात अनेक असले, तरी कोणीतरी एक हात राखणाराही असतो. हा अनुभव अनेकदा आला-अजूनही येतो. तिथे थेट ठार मारणारे होते, इथे अपप्रचार -बदल्या-निंदा करणारे आहेत. वाट अडवणारे खूप भेटले, पण रक्षण करणारा आणि वाट दाखविणाराही आसपासच असतो हे निश्चित.

थोरा-मोठ्यांच्या गोष्टी आपण लहानपणापासून वाचतो, प्रभावित होतो, त्याचं अनुकरण करण्याचा प्रयत्न करतो. हे सगळे लोक एकेकाळी आपल्यासारखेच तर असतात की! त्यांनीही सर्व टक्केटोणपे खाल्लेले असतात, घोडचुका केलेल्या असतात. अचानक संपूर्ण आयुष्य बदलून टाकणारा क्षण क्वचित कुणाच्या आयुष्यात येतही असेल. अन्यथा त्यांचंही आयुष्य आपल्यासारखंच वळणं घेत जात असतं. स्वतःच्या कामावर, काही विशिष्ट मूल्यांवर आणि इतरांच्या माणूसपणावर संपूर्ण विश्वास हीच त्यांचीही वैशिष्ट्यं असतात. तर मग आपलीही वाटचाल तशीच असो!

मानवी मूल्यांवरचा आणि ज्या संवैधानिक मूल्यांची शपथ घेऊन या नोकरीत-सेवेत आलो, त्यावरचा विश्वास कधीही न ढळो! जी एक सर्वसंचालन करणारी वैश्विक शक्ती आहे, ती सतत मार्गदर्शन करते आहेच. तो मार्ग दिसण्याची दृष्टी आपल्याला लाभो एवढीच इच्छा. ती दृष्टी हळूहळू मिळत जाते हेही जाणवतं. आमच्या वर्धिष्णू प्रवासात ही गोष्ट आम्ही कित्येकदा अनुभवली आहे. आपल्या कामावर संपूर्ण श्रद्धा, आपण ज्या खुर्चीत बसलो

आहोत आणि जे निर्णय घेतो आहोत, त्यामुळे लोकांच्या जीवनावर बरे-वाईट असे दीर्घकालीन परिणाम घडू शकतात याची प्रखर जाणीव आणि आपली शास्त्रकाट्याच्या कसोटीवर घासली जाणारी बुद्धी याचं मिश्रण जेव्हा रात्रंदिवस साहेबात घुसळत असतं, तेव्हा कामासोबतच एक तरल, आध्यात्मिक प्रवास सुरू होतो. त्याने दोन वेळा असं म्हटलेलं मला स्पष्ट आठवतं, 'मला माहीत आहे की, काम करण्यामागचे माझे हेतू अत्यंत स्वच्छ आणि स्पष्ट असतात. त्यामुळे बऱ्याचदा मी ठरवतो, तसंच घडतं. मी जे बोलत असतो, ते माझ्याकडून बोलवलं जातं!' हे सगळं शब्दात पकडणं फार अवघड आहे. हे सूक्ष्म तरंग फक्त अनुभवता येतात. व्यक्त करता येत नाहीत. जेव्हा एखादं काम तुम्ही स्वार्थापलीकडे जाऊन पूर्ण जाणिवेनं आणि पूर्ण श्रद्धेनं करता, तेव्हा संपूर्ण विश्व तुमच्या सोबत उभं रहातं असं म्हणतात ते खरं आहे. ते विश्व तुमचे मित्र, तुमचे सहकारी, तुमचे शुभचिंतक, सामान्य लोकांचा प्रतिसाद आणि काही विशिष्ट घटना यांतून प्रकट होत असतं. ते बघण्याची आणि समजून घेण्याची दृष्टी मात्र हवी!

मिळालेल्या सत्तेचा आणि अधिकारांचा पुरेपूर वापर आपण आपल्या देशासाठी, आपल्या समाजासाठी, त्याच्या भल्यासाठी सातत्याने, निराश न होता करत रहायचं, हा एक मोठा धडाही या प्रवासात शिकायला मिळाला. प्रसंगी अपयश आलं, निराशा पदरी आली; तरी प्रयत्न सोडायचे नाहीत - हा कर्मयोग या सेवेनेच शिकवला आहे. याठिकाणी एक आठवण सांगावीशी वाटते. १९९९ बॅचच्या अखिल भारतीय सेवांमध्ये उत्तीर्ण झालेल्या आणि प्रशिक्षण घेत असलेल्या उमेदवार अधिकाऱ्यांना मार्गदर्शन करण्यासाठी श्री. बी.एन.युगंधर आलेले होते. हे १९६२ सालचे जुन्या आंध्र प्रदेश केडरचे अधिकारी आणि आपल्या मायक्रोसॉफ्टवाल्या सत्या नडेलाचे वडील! त्यांनी सांगितलं, की जेव्हा ते नोकरीत आले, तेव्हा भारत अत्यंत दरिद्री होता. त्यांचं आणि त्यांच्या बरोबरीच्या इतर अधिकाऱ्यांचं असं स्वप्न होतं की, आपल्या सर्वांच्या कामातून आपण हे दारिद्र्य झटपट नष्ट करू. आज १९९९ सालच्या अधिकाऱ्यांनाही हेच स्वप्न पहावं लागतं आहे. याचा अर्थ भारत अजूनही तेवढाच गरीब आहे असं नव्हे; पण समाजाचा एक मोठा हिस्सा अजूनही मूलभूत गरजाही भागवू शकत नाही. विषमता, भेदभाव, अन्याय अजून संपलेला नाही. त्यामुळे आपलं काम संपलेलं नाही! आणि हे खरं आहे. आपण समाजाच्या भल्यासाठी जी स्वप्नं पहातो, ती कदाचित आपल्या

सेवाकाळात पूर्ण होणार नाहीत; पण तरीही एकेक पाऊल टाकत जाणं आवश्यक आहे. हा प्रवास करत राहणं आवश्यक आहे.

हा प्रवास आपण सगळे मिळून करू शकलो, तर मिळणारं यश आणि आनंद सर्वांचा असेल. बऱ्याचदा कुठलंही काम करताना आपण ते कोणाच्यातरीसाठी, कोणाच्यातरी विरुद्ध अशा भावनेनी करत असतो. ह्यातलं प्रत्येक काम आपलं आहे, माझं आहे ह्या भावनेनी जर आपण ते करू शकलो; तर त्या कामाचा चांगला किंवा वाईट परिणाम संपूर्ण समाजावर झाल्याखेरीज रहात नाही, याची जाणीव आपोआपच फुलून येते. त्या अर्थाने ही आमची कहाणी असली, तरी आपल्या सर्वांची कहाणी आहे. सर्व उच्चपदस्थ अधिकारी, त्यांची कुटुंबं, राजकीय नेतृत्व, समाजमाध्यमं, प्रसारमाध्यमं, जनता, सेवाभावी संस्था सर्व जण या कहाणीत सामील आहेत. यातील सर्वचजण 'माझी किंवा आमची कहाणी' थोडी मागे ठेवून 'आपली कहाणी' रचण्यासाठी पुढे येऊ देत, हीच सदिच्छा.

जेव्हा आपण सर्वोच्च शिखर गाठायचं, असं ठरवून प्रयत्न करतो आणि तिथे पोहोचतो; तेव्हा समोर उन्हात झळाळणारं आणखी एक शिखर खुणावत असतं. ते पादाक्रांत करावं, तोवर आणखी एक समोर दिसतं. आयुष्याची खरी गंमत जेवढी ही शिखरं पादाक्रांत करण्यात आहे, तेवढीच किंबहुना त्यापेक्षा अधिक तो प्रवास करण्यात आहे. प्रत्येक पडावावर समाधान आहे आणि आणखी पुढे जाण्याची ओढ आहे.

हा प्रवास निश्चितच खूप हवाहवासा आहे, तो तसाच चालू रहावा, ही इच्छा! अजून खूप काम शिल्लक आहे, पुष्कळ गोष्टी बाकी आहेत....

✧

सौ. प्राजक्ता आव्हाड

शिक्षण : बी.एससी. (इलेक्ट्रॉनिक्स), एम.ए. (राज्यशास्त्र), एल.एल.बी. पुणे विद्यापीठ.

ग्राहक संरक्षण यावरचा प्रमाणपत्र अभ्यासक्रम, स्त्री सबलीकरण आणि विकास या विषयात पदविका- इंदिरा गांधी राष्ट्रीय मुक्त विद्यापीठ.

कार्यानुभव : महाराष्ट्र शासनात नगरपालिका प्रशासनात मुख्याधिकारी म्हणून नोकरी. (१९९५-९७).

सामाजिक कार्य

- जिल्हा न्यायालय आणि ग्राहक विवाद निवारण न्यायालयात वकिली, जि. पटियाला, पंजाब (२००६-०८).
- पंजाब आणि हरियाणा उच्च न्यायालयात मेडिएटर/मध्यस्थ म्हणून काम (२०१२-१३) व (२०२० - आजतागायत).
- बाल कल्याण परिषद, पंजाब राज्य यांचे मानद खजिनदार म्हणून काम (२०११-१३).
- जिल्हा बाल कल्याण परिषद, जिल्हा रेड क्रॉस सोसायटी यांचे मानद चेअर पर्सन म्हणून जिल्हा मोगा, नवांशहर, गुरदासपूर येथे काम.
- महिलांच्या प्रश्नांबाबत आणि कायदेविषयक हक्कांबाबत जि. नवांशहर, पंजाब येथे ब्लॉक आणि पंचायत स्तरापर्यंत कार्यशाळा घेऊन जाणीवजागृतीचे काम.
- सेंटर फॉर सोशल रिसर्च, नवी दिल्ली येथे कायदेविषयक सल्लागार आणि जेंडर प्रशिक्षक म्हणून काम (२०१४-१६).
- आयएसएफ, दिल्ली पोलीस, डिरेक्टरेट ऑफ फील्ड पब्लिसिटी, इन्स्टिट्यूट ऑफ कॉस्ट अकाऊंट्स आदींसाठी कार्यस्थळी महिलांचा लैंगिक छळ कायद्यांतर्गत अंतर्गत चौकशी समितीवर नवी दिल्ली येथे काम.

- सेंटर फॉर सोशल रिसर्चतर्फे यूनिसेफसाठी बालविवाह प्रतिबंध, बाल मजुरी, कौटुंबिक हिंसाचार, मानवी तस्करी या विषयांवर प्रशिक्षण साहित्याची निर्मिती (२०१५).
- सेंटर फॉर सोशल रिसर्चतर्फे कार्यस्थळी महिलांचा लैंगिक छळ कायद्यासंबंधी मार्गदर्शक पुस्तकांचे लेखन आणि निर्मिती.
- कलकत्ता विद्यापीठ आणि आयसीएसएसआर तर्फे आयोजित परिषदेत 'सन प्रेफरन्स अँड जेंडर डिस्क्रिमिनेशन' या विषयावर शोधनिबंध प्रस्तुत (२०१६).
- अहमदनगर, महाराष्ट्र येथील देहविक्रय करणाऱ्या स्त्रिया-त्यांची मुले, एड्सग्रस्त महिला व मुले, परित्यक्ता यांचे पुनर्वसन, सबलीकरण आदींसाठी काम करणाऱ्या 'स्नेहालय'या संस्थेची संस्थापक सदस्या.
- अमेरिकेत वॉशिंग्टन येथील वास्तव्यात दक्षिण आशियातून स्थलांतरित कुटुंबांमधील घरेलू हिंसाचार, फसवणूक आदींनी पीडित महिलांसाठी काम करणाऱ्या 'आशा' या संस्थेसाठी मानद समुपदेशक-कायदेविषयक सल्लागार म्हणून काम.
- 'संवेदना' या स्त्रियांचे प्रश्न व लिंगसमानतेवर काम करणाऱ्या समाजसेवी संस्थेच्या संस्थापक अध्यक्षा.
- चाइल्ड वेलफेअर कौन्सिल, पंजाबच्या चेअरपर्सन म्हणून निवड (कार्यकाळ जुलै २०२१-२४)

सदस्य
- इंटरनॅशनल सेंटर ऑफ ऑल्टरनेट डिस्प्युट रेजोल्यूशन (ICADR)
- बार असो. पंजाब आणि हरियाणा उच्च न्यायालय
- बार असो. दिल्ली उच्च न्यायालय
- रेड क्रॉस सोसायटी ऑफ इंडिया
- बाल विकास परिषद, पंजाब

'राजहंस बुक क्लब' सभासद योजना ऑनलाइन उपलब्ध
www.rajhansprakashan.com

सभासद होण्याकरिता **बुक क्लब** लिंकला भेट द्यावी.
सभासदत्वाच्या नूतनीकरणासाठी **माझे खाते** लिंकला भेट द्यावी.

विशेष सूचना : 'राजहंस ग्रंथवेध' हा अंक मिळवण्यासाठी सभासदत्वाचे
नूतनीकरण आवश्यक.

'राजहंस बुक क्लब' योजना – नवीन सभासद नोंदणीसाठी :

१) नवीन सभासद होण्यासाठी आपण **बुक क्लब** या लिंकवर क्लिक करा.
२) तेथे आपणास तीन पर्याय दिसतील. त्यातील आपणास हवा तो पर्याय
    निवडा.
३) **सभासद व्हा**, या बटनावर क्लिक करा.
४) Proceed to checkout बटनावर क्लिक करा.
५) Billing detail मध्ये आपली संपूर्ण माहिती पिनकोडसहित भरा.
६) Place order बटनावर क्लिक करून ऑनलाइन पैसे भरा.
७) आपण सभासद झाल्याची मेल आपल्याला आल्यावर पुस्तक खरेदी
    करा म्हणजे सभासद योजनेची सूट आपल्याला पुस्तक खरेदी करताना
    मिळेल.

'राजहंस बुक क्लब' योजना – जुन्या सभासदत्वाच्या नूतनीकरणासाठी :

१) जुन्या सभासदांनी सर्वप्रथम माझे खाते (Login) वर क्लिक करा.
२) Register पानावर ई-मेल टाकून Register बटनावर क्लिक करा.
३) Register पान उघडल्यावर Account Details या बटनावर क्लिक करा.
४) आपली माहिती भरून password तयार करा.
५) आपली संपूर्ण माहिती पिनकोडसहित भरा.
६) आपला ई-मेल आयडी व सभासद क्रमांक आपण आमच्या ऑफिसला
    ८३७८८३६८३६ या नंबरवर व्हॉट्सअप करा किंवा
    info@rajhansprakashan.com या मेल-ॲड्रेसवर मेल करा.
७) आपण सभासद झाल्याची मेल आपल्याला आल्यावर पुस्तक खरेदी
    करा म्हणजे सभासद योजनेची सूट आपल्याला पुस्तक खरेदी करताना
    मिळेल.

राजहंस प्रकाशन प्रा. लि.

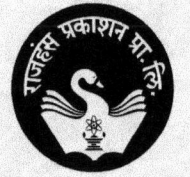